SÁCH NẤU ĂN TARTE TATIN HOÀN THÀNH

Hòa mình vào thế giới thú vị lộn ngược với 100 công thức nấu ăn ngon

Nhã Ngô

Tài liệu bản quyền ©2024

Đã đăng ký Bản quyền

Không phần nào của cuốn sách này được phép sử dụng hoặc truyền đi dưới bất kỳ hình thức nào hoặc bằng bất kỳ phương tiện nào mà không có sự đồng ý bằng văn bản thích hợp của nhà xuất bản và chủ sở hữu bản quyền, ngoại trừ những trích dẫn ngắn gọn được sử dụng trong bài đánh giá. Cuốn sách này không nên được coi là sự thay thế cho lời khuyên về y tế, pháp lý hoặc chuyên môn khác.

MỤC LỤC

MỤC LỤC	3
GIỚI THIỆU	6
TÁO TÁO	7
1. Tarte Tatin táo và nho khô	8
2. Tarte táo việt quất Tatin	10
3. Maple Pecan Táo Tarte Tatin	13
4. Quế mộc mạc Táo Tarte Tatin	15
5. Tarte Tatin táo & việt quất	17
6. Tarte Tatin táo và hồng	19
7. Táo lựu Tarte Tatin	22
8. Bánh Táo Gừng úp ngược	24
9. Bánh úp ngược quả óc chó táo	27
10. Bánh úp ngược Apple-Caramel	30
11. Bánh úp ngược Apple-Pecan	33
12. Bánh Táo Cranberry úp ngược	36
PEAR VÀ QUINCE TTINS	39
13. Tarte Tatin phong-lê	40
14. Tart lê gừng Tatin	42
15. Bánh kếp lộn ngược lê và vani	45
16. Mộc qua và bạch đậu khấu Tarte Tatin	48
17. Quince và hạnh nhân Tarte Tatin	50
18. Bánh úp ngược quả lê mật ong	52
19. Tarte Tatin lê luộc vani và mật ong	55
20. Mộc qua và quế Tarte Tatin	57
21. Nghệ tây và quả hồ trăn Pear Tatin	59
22. Lê, Sôcôla và Hạt phỉ Tatin	61
BÁNH CHUỐI	63
23. Bánh Chuối Úp Ngược	64
24. Bánh chuối úp ngược quả óc chó	67
25. Bánh úp chuối-dứa	70
26. Bánh Chuối Úp Ngược Riêng	72
BERRY VÀ VẢ TATINS	74
27. Quả sung, hạt phỉ và vani Tarte Tatin	75
28. Hỗn hợp Berry Tarte Tatin	77
29. Quả mâm xôi và táo Tarte Tatin	79
30. Tarte Tatin việt quất và táo	81
31. Quả mâm xôi và rượu táo Tatin	84
32. Tarte Tatin đào và dâu đen	87
33. Bánh Anh Đào úp Ngược	89
34. Bánh úp ngược Blackberry	91

35. Bánh úp ngược việt quất	93
36. Dứa Anh Đào úp Ngược	95
37. Bánh Hồng úp ngược	97
38. Bánh Mâm Xôi Ngược	99

TTIN TRÁI CITRUS 101
39. Tarte Tatin cam và caramel	102
40. Đại hoàng Cam Tarte Tatin	104
41. Tarte Tatin cam và bạch đậu khấu	106
42. Tarte chanh thông miso tatin	109
43. Cam đỏ và bạch đậu khấu Tarte Tatin	111
44. Clementine và hạnh nhân Tarte Tatin	113
45. Bánh Bưởi & Tarragon úp ngược	115
46. Bánh Quất úp ngược	118
47. Bánh lộn ngược Meyer Lemon	121
48. Bánh phô mai lộn ngược màu cam	124
49. Bánh Pudding chanh lộn ngược	127
50. Bánh Cocktail Trái Cây Úp Ngược	129
51. Bánh cam quýt mùa đông lộn ngược	131
52. Bánh úp ngược Whisky-Yuzu Savarin	134

TATIN TRÁI CÂY ĐÁ 137
53. Tatin đào và hồ đào	138
54. Quả mơ Tarte Tatin	140
55. Tatin mận ấm áp	142
56. Tarte Tatin mận và hạnh nhân	144
57. Tarte Tatin anh đào và balsamic	146
58. Tarte Tatin quả mơ và hoa oải hương	148
59. Quả xuân đào và húng tây Tarte Tatin	150
60. Tarte Tatin anh đào và sô cô la	152
61. Quả mận và hoa hồi Tarte Tatin	154
62. Tatin đào trắng với húng tây	156
63. Bánh tarte mận và nam việt quất Tatin	158
64. Bánh Mơ úp Ngược	160
65. Bánh úp ngược anh đào-mật đào	163
66. Bánh úp ngược đào và hồ đào	166
67. Bánh Gừng úp Ngược	169
68. Bánh úp ngược quả đào-quả nam việt quất	172
69. Bánh Mận úp ngược	175

TATIN TRÁI CÂY NHIỆT ĐỚI 178
70. Tarte Tatin dứa	179
71. Tarte Tatin chuối và caramel	181
72. Dứa và bạch đậu khấu Tatin	183
73. Tarte Dứa và Dừa Tatin	185
74. Tarte chanh xoài Tatin	187

- 75. Đu đủ và chanh dây Tarte Tatin 189
- 76. Kiwi và bạc hà Tarte Tatin 191
- 77. Tarte Tatin chuối và Macadamia Nut 193
- 78. Tarte dừa và xoài Tatin 195
- 79. Đu đủ và chanh Tarte Tatin 197
- 80. Tarte Tatin chanh dây và dứa 199
- 81. Tart vải thiều nhỏ Tatin 201
- 82. Bánh Xoài Úp Ngược 203
- 83. Bánh Cam Úp Xoài Hạt 205
- 84. Bánh Xoài úp Ngược và Bánh Dừa 208
- 85. Bánh úp ngược xoài-quả mâm xôi 211
- 86. Bánh Dứa Mơ úp Ngược 213
- 87. Bánh Dứa Hương Thảo úp ngược e 216
- 88. Bánh gừng lộn ngược dứa 219
- 89. Bánh úp Dứa Và Phô Mai 222

BÁNH CHÀ 225
- 90. Bánh Đại Hoàng Úp Ngược 226
- 91. Bánh bí ngô lộn ngược 229
- 92. Bánh úp Dứa-Bí Xanh 231
- 93. Bánh củ cải lộn ngược 234
- 94. Quả đào và bánh lộn ngược Parsnip 236
- 95. Bánh Cà Rốt úp ngược 238

BÁNH SÔ-CÔ-LA 241
- 96. Bánh úp ngược sô-cô-la mơ 242
- 97. Bánh úp ngược socola anh đào 245
- 98. Bánh sô cô la lộn ngược 247
- 99. Bánh Dừa úp Ngược 250
- 100. Bánh phô mai sô cô la lộn ngược của Jack Daniel 253

PHẦN KẾT LUẬN 256

GIỚI THIỆU

Chào mừng bạn đến với "Sách dạy nấu ăn Tarte Tatin hoàn chỉnh: Đi sâu vào thế giới của những thú vui lộn ngược với 100 công thức nấu ăn ngon lành." Tarte Tatin, với táo caramen và bánh ngọt bơ, là món tráng miệng cổ điển của Pháp đánh thức các giác quan và thể hiện bản chất của sự sang trọng mộc mạc. Trong cuốn sách nấu ăn này, chúng tôi mời bạn tham gia vào cuộc hành trình ẩm thực xuyên qua thế giới của Tarte Tatin, khám phá 100 công thức nấu ăn không thể cưỡng lại thể hiện sự linh hoạt và thơm ngon của món tráng miệng được yêu thích này.

Tarte Tatin không chỉ là một món tráng miệng; đó là lễ kỷ niệm trái cây theo mùa, bánh ngọt bơ và sự kỳ diệu của quá trình caramen hóa. Trong cuốn sách nấu ăn này, chúng ta sẽ đi sâu vào nghệ thuật làm bánh Tarte Tatin, từ việc làm chủ loại caramen hoàn hảo đến tạo ra những lớp vỏ bánh bông xốp và sắp xếp trái cây một cách chính xác và tinh tế. Cho dù bạn đang nướng bánh cho một dịp đặc biệt, một bữa tối gia đình ấm cúng hay chỉ đơn giản là thèm hương vị nước Pháp, bạn sẽ tìm thấy rất nhiều cảm hứng trong những trang này.

Mỗi công thức trong sách dạy nấu ăn này đều được chế tạo cẩn thận để làm nổi bật hương vị và kết cấu độc đáo của Tarte Tatin, đồng thời mang đến những biến thể và cách biến tấu sáng tạo sẽ làm hài lòng vị giác của bạn. Từ Tarte Tatin táo cổ điển cho đến những sáng tạo sáng tạo gồm lê, đào, quả mọng, v.v., luôn có Tarte Tatin cho mọi mùa và mọi khẩu vị.

Với hướng dẫn rõ ràng, mẹo hữu ích và hình ảnh tuyệt đẹp, "Sách dạy nấu ăn Tarte Tatin hoàn chỉnh" giúp bạn dễ dàng tái hiện sự kỳ diệu của món tráng miệng Pháp được yêu thích này trong nhà bếp của riêng bạn. Cho dù bạn là một thợ làm bánh có kinh nghiệm hay mới làm quen với thế giới Tarte Tatin, bạn sẽ cảm thấy tự tin khi bắt tay vào cuộc phiêu lưu ẩm thực của mình và tạo ra những món tráng miệng đẹp mắt và thơm ngon sẽ gây ấn tượng với gia đình và bạn bè của bạn.

TÁO TÁO

1. Tarte Tatin táo và nho khô

THÀNH PHẦN:
- 2 thìa bơ
- 3 thìa rượu Rum
- 1 cốc hỗn hợp nho khô và nho
- 2 pound táo Med
- Gói bánh phồng đông lạnh 17 ounce
- ¼ cốc Cộng thêm 2 muỗng canh đường trắng
- Lò nướng: 400F

HƯỚNG DẪN:

a) Gọt vỏ, bỏ lõi và cắt táo thành tám phần. Đổ đầy một cái bát, đủ lớn để đặt một chiếc chảo gang 9 inch với đá viên vào, sau đó đổ nước lên trên. Đun chảy bơ trong chảo rán gang 9 inch trên lửa vừa. Thêm đường.

b) Khuấy cho đến khi có màu nâu và CHỈ có màu caramen. Đặt chảo rán vào nước đá cho cứng lại rồi đặt lên giá làm mát. Đặt lò nướng. Đặt nho khô và nho vào tô. Thêm rượu rum và đổ nước nóng vào. Xả sau 5 phút hoặc lâu hơn.

c) Rắc một phần ba nho khô và nho lên caramen. Đặt các lát táo, bo tròn cạnh xuống và xếp càng gần nhau càng tốt theo hình tròn. Rắc nho khô và nho còn lại.

d) Cắt bánh ngọt lớn hơn chảo 2 inch. Đặt miếng bánh lên trên rồi nhét các cạnh và dưới mép của hàng táo bên ngoài vào. Nướng trong 30 phút rồi bày ra đĩa trang trí khi còn nóng.

e) Dùng khi còn ấm với kem tươi đánh bông.

2.Tarte táo việt quất Tatin

THÀNH PHẦN:
- 1 phần Pate Sucrée
- 5 quả táo lớn
- Nước ép của một quả chanh
- 4 thìa bơ
- ¾ cốc cộng thêm 1 thìa đường
- ⅓ cốc nam việt quất (tùy chọn)

HƯỚNG DẪN:

a) Bắt đầu bằng cách chuẩn bị bột. Định hình nó thành một chiếc đĩa 5 inch, bọc nó bằng nhựa và để trong tủ lạnh ít nhất một giờ hoặc tối đa ba ngày.
b) Lấy bột ra khỏi tủ lạnh và cán bột thành hình tròn 12 inch trên bề mặt có phủ bột nhẹ. Loại bỏ bột thừa. Đặt vòng trên một tấm nướng có lót giấy sáp hoặc giấy da, bọc nó bằng màng bọc thực phẩm và để lạnh cho đến khi cần.
c) Làm nóng lò nướng của bạn ở nhiệt độ 400 độ F.
d) Gọt vỏ, bỏ lõi và cắt từng quả táo làm đôi. Sau đó, cắt mỗi nửa thành ba phần và cho các lát táo vào nước cốt chanh. Đặt chúng sang một bên.
e) Trong một chiếc chảo chịu nhiệt có bề ngang khoảng 10 inch, làm tan bơ, đường và ¼ thìa nước cốt chanh. (Đảm bảo chảo có tay cầm chịu nhiệt.) Khuấy hỗn hợp cho đến khi chuyển sang màu caramel nhạt. Hãy cẩn thận để không nấu quá chín vì nó sẽ tiếp tục sẫm màu do nhiệt dư trong chảo. Loại bỏ khỏi nhiệt.
f) Xếp các lát táo với mặt tròn hướng xuống dưới, tạo thành một vòng tròn xung quanh chảo và đặt một ít vào giữa. Rải quả nam việt quất vào giữa các lát. Bạn sẽ có đủ lát để xếp chúng thành hai lớp sâu.
g) Lấy bột ra khỏi tủ lạnh và đặt giữa chảo. Dùng kéo để cắt hình tròn sao cho xung quanh nó nhô ra ½ inch.
h) Nhẹ nhàng nhét mép bột xuống giữa táo và chảo. Quét nhẹ bột bằng nước lạnh và rắc 1 thìa đường.
i) Nướng khoảng 40 phút hoặc cho đến khi bánh chuyển sang màu vàng nâu.
j) Lấy chảo ra khỏi lò và để trên giá nguội trong 5 phút.
k) Đặt một đĩa phục vụ lên trên chảo và cẩn thận úp bánh tart lên đĩa. (Hãy nhớ sử dụng giá đỡ ổ gà để bảo vệ tay bạn khỏi tay cầm của chảo.)
l) Phục vụ món tatin tarte táo nam việt quất của bạn với kem đánh bông gừng. Thưởng thức!

3.Maple Pecan Táo Tarte Tatin

THÀNH PHẦN:
- 4 quả táo (Honeycrisp hoặc Gala)
- 75 gram bơ không muối (2½ ounce)
- 100 gram đường nâu (3½ ounce)
- 2 muỗng canh si-rô phong
- Một nắm hồ đào cắt nhỏ
- Tấm bánh phồng

HƯỚNG DẪN:

a) Làm nóng lò ở nhiệt độ 200°C/400°F/mốc gas 6. Gọt vỏ, bỏ lõi và cắt lát táo.

GLAZE CARAMEL:

b) Làm tan chảy bơ trong chảo an toàn với lò nướng. Khuấy đường nâu và xi-rô cây thích. Thêm hồ đào cắt nhỏ. Sắp xếp các lát táo.

c) Phủ một lớp bánh phồng. Nhét vào các cạnh.

d) Nướng trong vòng 20-25 phút cho đến khi bánh có màu vàng nâu.

e) Đảo ngược lên đĩa phục vụ, để caramen và hồ đào phủ kín táo. Phục vụ ấm áp.

4.Quế mộc mạc Táo Tarte Tatin

THÀNH PHẦN:
- 4 quả táo lớn (giống hỗn hợp)
- 100 gram bơ không muối (3½ ounce)
- 150 gam đường cát (5,3 ounce)
- 1 muỗng canh quế xay
- Bánh phồng có hình dạng thô

HƯỚNG DẪN:

a) Làm nóng lò ở 200°C/400°F/mốc gas 6. Gọt vỏ, bỏ lõi và cắt táo thành từng miếng mộc mạc.

b) Làm tan chảy bơ trong chảo an toàn với lò nướng. Rắc đều đường và quế. Thêm những miếng táo.

c) Phủ một lớp bánh phồng có hình dáng thô, chừa lại một số khoảng trống để tạo vẻ mộc mạc.

d) Nướng trong 20-25 phút hoặc cho đến khi bánh có màu vàng nâu.

e) úp ngược ra đĩa để táo caramen tràn ra ngoài. Phục vụ ấm áp.

5. Tarte Tatin táo & việt quất

THÀNH PHẦN:
- 2 ounce bơ
- 2 ounce đường bột
- 1 thìa cà phê đường vani
- 4 quả táo tráng miệng
- 3 ounce Quả việt quất có thể sử dụng quả đông lạnh đã rã đông
- 1 gói bánh phồng cán sẵn

HƯỚNG DẪN:
a) Làm nóng lò ở nhiệt độ 200°C.
b) Gọt vỏ táo rồi cắt làm đôi. Múc phần lõi ra (ở đây dùng dụng cụ gọt dưa rất hữu ích) và cẩn thận cắt bỏ phần cuống và phần đế để để lại hình dạng nửa vầng trăng gần như hoàn hảo nhất có thể.
c) Đun chảy bơ trong hộp thiếc Tarte Tatin 20cm / 8" (hoặc chảo rán chịu nhiệt) trên lửa vừa.
d) Giảm nhiệt và khuấy đường cho đến khi đường bắt đầu chuyển sang màu caramen (khoảng một phút).
e) Thêm một nửa quả táo vào và nấu nhẹ nhàng trong 10 phút, lật táo để phủ bơ caramel lên chúng.
f) Lấy hộp thiếc ra khỏi bếp và để táo cắt úp xuống, nhét quả việt quất vào giữa các khoảng trống.
g) Rắc 1 thìa cà phê đường vani lên táo.
h) Bây giờ hãy cuộn bánh phồng lại và dùng nĩa đâm khắp nơi.
i) Đặt bánh ngọt lên trên những quả táo và dùng kéo cắt bớt, chừa lại khoảng thừa 2cm.
j) Nhét phần bột thừa lên trên táo.
k) Nướng ở ngăn giữa của lò trong 25 phút cho đến khi bánh có màu vàng nâu.
l) Đặt một đĩa phục vụ lên trên và đảo ngược để phục vụ, cẩn thận tháo hộp thiếc ra.
m) Ăn kèm với một muỗng kem.

6.Tarte Tatin táo và hồng

THÀNH PHẦN:
- ¼ cốc (½ que) bơ không muối
- ½ cốc đường
- ½ quả vani, chẻ dọc
- ⅛ muỗng cà phê muối kosher
- 1 muỗng canh cộng với 1 muỗng cà phê rượu mạnh, chia
- 2 pound Pink Lady hoặc các loại táo giòn khác, gọt vỏ, bỏ lõi, cắt làm tư
- 1 pound hồng Fuyu (khoảng 4 quả), gọt vỏ, cắt đôi
- 1 tờ bánh phồng đông lạnh, rã đông
- Bột mì đa dụng (để phủ bụi)
- 1 cốc kem đặc

HƯỚNG DẪN:
a) Đun chảy bơ trong chảo 11 inch trên lửa vừa, phết bơ vào các cạnh của chảo khi bơ tan chảy. Rắc đều đường lên đáy chảo và cạo hạt vani; để dành vỏ cho lần sử dụng khác.
b) Nấu, không quấy rầy, cho đến khi đường được làm ẩm đều, khoảng 1 phút. Khuấy muối và 1 thìa rượu mạnh, sau đó nhấc chảo ra khỏi bếp.
c) Sắp xếp số lượng táo vừa phải, bo tròn úp xuống, thành một vòng tròn dày đặc xung quanh mép ngoài của chảo; dự trữ những quả táo còn lại. Đổ những quả hồng vào giữa, bo tròn cạnh xuống.
d) Nấu trên lửa vừa cho đến khi nước bắt đầu sủi bọt, khoảng 2 phút.
e) Giảm nhiệt xuống mức trung bình thấp và tiếp tục nấu (khi táo chín, chúng sẽ co lại; nhét những quả táo sống còn lại vào các khoảng trống, dành những miếng thừa để sử dụng cho mục đích khác) cho đến khi táo mềm và caramen có màu vàng đậm, khoảng 35–40 phút.
f) Trong khi đó, đặt giá vào giữa lò; làm nóng trước đến 400°F. Đặt chảo lên khay nướng có viền lót giấy bạc để hứng những giọt nước nhỏ giọt.
g) Nhẹ nhàng lăn bánh phồng trên bề mặt có phủ một ít bột mì và làm phẳng các nếp nhăn. Cắt thành một vòng vừa khít và cho vào chảo. Phủ bánh phồng lên táo. Nướng cho đến khi bánh phồng lên và có màu vàng nâu, 30–35 phút.

h) Chuyển chảo sang giá lưới và để yên cho đến khi caramen sủi bọt giảm bớt khoảng 5 phút. Nhẹ nhàng dùng dao phết bơ chạy quanh các cạnh của chảo, sau đó úp đĩa có môi lên trên chảo. Dùng giá đỡ nồi để giữ chặt chảo và đĩa lại với nhau, úp bánh tart lên đĩa.

i) Dùng dao ăn hoặc thìa cao su ấn bất kỳ loại trái cây nào dính vào chảo lên bánh tart, sau đó phết phần caramel thừa trong chảo lên trên bánh tart. Để nguội ít nhất 15 phút.

j) Trong khi đó, dùng máy trộn điện ở tốc độ trung bình-cao, đánh kem đến bông vừa trong một tô lớn, sau đó cho 1 thìa cà phê rượu brandy còn lại vào. Ăn bánh tart với kem tươi.

7.Táo lựu Tarte Tatin

THÀNH PHẦN:
- 4-5 quả táo cỡ vừa, gọt vỏ, bỏ lõi và thái lát
- 1 cốc hạt lựu
- 1 cốc đường cát
- ½ cốc bơ không muối
- 1 muỗng cà phê chiết xuất vani
- 1 tờ bánh phồng, rã đông nếu đông lạnh
- Một nhúm muối

HƯỚNG DẪN:
a) Làm nóng lò nướng của bạn ở nhiệt độ 375°F (190°C).
b) Trong chảo chịu nhiệt, làm tan chảy bơ trên lửa vừa. Thêm đường vào nấu, khuấy liên tục cho đến khi đường tan và chuyển sang màu caramen vàng. Hãy cẩn thận để không đốt nó.
c) Sắp xếp các lát táo theo hình tròn trên lớp caramel, đảm bảo chúng được gói chặt. Rắc một chút muối lên táo để cân bằng.
d) Rải đều các hạt lựu lên trên những quả táo, tạo ra sự tương phản rực rỡ về màu sắc.
e) Rưới chiết xuất vani lên trái cây, để tinh chất thơm ngấm vào món ăn.
f) Cán mỏng tấm bánh phồng để vừa với kích thước chảo của bạn. Đặt nó lên những quả táo, nhẹ nhàng nhét các cạnh vào để tạo thành một miếng dán vừa khít.
g) Đặt chảo vào lò làm nóng trước và nướng trong 25-30 phút hoặc cho đến khi bánh có màu nâu vàng và phồng lên.
h) Cẩn thận lấy chảo ra khỏi lò. Đặt một đĩa phục vụ lên trên chảo và dùng găng tay lò nướng, nhanh chóng lật chiếc bánh tart lên đĩa. Hãy thận trọng vì caramen có thể nóng.
i) Để bánh tart nguội trong vài phút trước khi cắt và phục vụ. Sự kết hợp giữa táo, lựu và caramel tạo nên một hương vị thú vị.
j) Ăn kèm với một muỗng kem vani để tăng thêm cảm giác thích thú.
k) Trang trí bằng cách rắc thêm các hạt lựu để tạo cảm giác tươi mát.

8.Bánh Táo Gừng úp ngược

THÀNH PHẦN:
- 3 muỗng canh bơ hoặc bơ thực vật
- ¼ cốc đường nâu đóng gói chắc chắn
- 1 muỗng canh gừng thái nhỏ
- 2 Táo nấu chín, gọt vỏ và thái lát mỏng
- 1 thìa nước cốt chanh
- ½ cốc bơ hoặc bơ thực vật, làm mềm
- 1 cốc đường
- 2 quả trứng lớn
- 1 ½ chén bột mì đa dụng
- 2 thìa cà phê bột nở
- ½ thìa muối
- ½ muỗng cà phê quế xay
- ½ cốc sữa
- ½ muỗng cà phê chiết xuất vani

HƯỚNG DẪN:

a) Làm nóng lò nướng của bạn ở nhiệt độ 350°F (175°C).

b) Làm sạch chảo gang bằng xà phòng và nước, sau đó đặt vào lò nướng ấm hoặc trên bếp ở lửa vừa cho đến khi phần nước còn lại bay hơi.

c) Trong chảo đã làm nóng trước, làm tan chảy 3 thìa bơ. Lấy chảo ra khỏi bếp và rắc đường nâu và gừng kết tinh thái nhỏ lên bơ tan chảy.

d) Trộn táo thái lát mỏng với nước cốt chanh rồi xếp chúng lên trên hỗn hợp đường nâu và gừng trong chảo. Để qua một bên.

e) Trong tô trộn, đánh ½ cốc bơ đã làm mềm ở tốc độ trung bình bằng máy trộn điện cho đến khi thành kem. Cho từ từ đường vào, đánh đều cho đến khi hỗn hợp mịn. Thêm từng quả trứng vào, trộn đều sau mỗi lần thêm.

f) Trong một bát riêng, trộn bột mì đa dụng, bột nở, muối và quế xay. Thêm hỗn hợp khô này vào hỗn hợp bơ xen kẽ với sữa, bắt đầu và kết thúc bằng hỗn hợp bột. Khuấy chiết xuất vani cho đến khi bột được kết hợp tốt.

g) Múc đều bột bánh lên trên các quả táo đã xếp trong chảo.

h) Nướng bánh trong lò làm nóng trước từ 35 đến 40 phút hoặc cho đến khi que gỗ cắm vào giữa bánh sạch.

i) Sau khi nướng, để bánh nguội trong chảo trên giá lưới trong 5 phút. Sau đó, cẩn thận úp chảo lên đĩa để lấy bánh ra.

j) Chiếc bánh táo gừng lộn ngược thơm ngon của bạn giờ đã sẵn sàng để được phục vụ và thưởng thức!

9.Bánh úp ngược quả óc chó táo

THÀNH PHẦN:
PHỦ BÊN TRÊN THỨC ĂN:
- 3 thìa bơ không muối, cộng thêm 1 thìa cà phê
- 8 quả táo chua ngọt nhỏ, gọt vỏ, bỏ lõi và cắt thành 8 miếng
- ½ cốc (đóng gói) Đường nâu nhạt

BÁNH NGỌT:
- ¼ pound Bơ làm mềm không muối
- 1 cốc đường
- 2 quả trứng lớn
- 1 ½ thìa cà phê chiết xuất vani
- 1 ¾ cốc Bột mì đa dụng
- 2 thìa cà phê bột nở
- ½ thìa cà phê muối Kosher
- ½ cốc quả óc chó xay
- ½ cốc sữa

HƯỚNG DẪN:

a) Đối với phần trên cùng, làm tan chảy 1 thìa cà phê bơ trong chảo gang vừa trên lửa vừa cao.

b) Thêm các lát táo và xào cho đến khi caramen khoảng 10 phút.

c) Trong một cái chảo nhỏ, kết hợp 3 thìa bơ còn lại và đường nâu, khuấy trên lửa nhỏ cho đến khi tan chảy và hòa quyện.

d) Bơ một khuôn bánh 10 inch với các cạnh 3 inch và phết đều hỗn hợp đường nâu ở phía dưới. Xếp các lát táo caramen thành các vòng tròn đồng tâm lên trên hỗn hợp đường nâu. Để qua một bên.

e) Làm nóng lò nướng của bạn ở nhiệt độ 350°F (175°C).

f) Trong một tô trộn lớn, đánh bơ đã làm mềm và đường cùng với máy trộn điện cho đến khi mịn và nhẹ. Thêm từng quả trứng vào, đánh cho đến khi hỗn hợp nhạt màu. Trộn trong chiết xuất vani.

g) Trong một bát riêng, trộn bột mì đa dụng, bột nở, muối kosher và quả óc chó xay. Dần dần thêm các nguyên liệu khô vào hỗn hợp trứng, xen kẽ với sữa, trộn đều cho đến khi mọi thứ hòa quyện.

h) Trải đều bột bánh lên các lát táo đã sắp xếp trong chảo bánh.

i) Nướng bánh trong lò đã làm nóng trước cho đến khi chạm vào giữa bánh sẽ nở trở lại, khoảng 1 giờ.

j) Để bánh đứng trong chảo trong 10 phút. Sau đó, cẩn thận úp bánh vào đĩa bánh, để nguội.

k) Phục vụ Bánh úp ngược quả óc chó của Apple hơi ấm hoặc ở nhiệt độ phòng.

l) Hãy thưởng thức món tráng miệng thú vị này với lớp phủ táo caramen và hương vị hấp dẫn. Phục vụ 8 đến 10.

10. Bánh úp ngược Apple-Caramel

THÀNH PHẦN:

- 1 quả táo lớn, gọt vỏ, bỏ lõi và thái lát mỏng
- 10 thìa bơ ngọt, làm mềm
- 1 ¼ chén đường trắng, cộng thêm 3 muỗng canh
- 2 quả trứng
- 1 cốc hồ đào, xắt nhỏ
- 1 thìa cà phê quế
- 2 chén bột mì trắng
- 1 muỗng cà phê bột nở
- ½ muỗng cà phê Baking soda
- ¼ thìa cà phê muối
- 1 cốc kem chua
- ½ muỗng cà phê chiết xuất vani

HƯỚNG DẪN:

a) Gọt vỏ, bỏ lõi và cắt lát mỏng táo. Đun chảy 2 thìa bơ trong chảo gang 9 inch trên lửa vừa và nhỏ. Thêm các lát táo vào xào cho đến khi chín khoảng 3 phút. Chuyển các lát táo vào đĩa.

b) Tăng lửa lên cao, cho ¼ cốc đường vào chảo, nấu, khuấy thường xuyên cho đến khi đường tan và chuyển sang màu vàng, khoảng 3 phút. Lấy chảo ra khỏi bếp và sắp xếp các lát táo thành hình tròn ở phía dưới. Đặt chảo sang một bên.

c) Cắt nhỏ quả hồ đào và trộn với 3 thìa đường và quế. Để qua một bên.

d) Rây bột với bột nở, baking soda và muối; để qua một bên.

e) Trong một cái bát, đánh bơ mềm còn lại cho đến khi nhạt màu. Cho dần dần 1 cốc đường, trứng (từng cái một), kem chua và chiết xuất vani vào. Gấp các nguyên liệu khô vào bột.

f) Điều chỉnh giá đỡ lò về vị trí giữa và làm nóng lò trước ở nhiệt độ 350°F (175°C).

g) Rắc một nửa hỗn hợp hồ đào lên những quả táo đã sắp xếp trong chảo. Cẩn thận phết một nửa bột bánh lên quả hồ đào bằng ngón tay hoặc thìa. Rắc hỗn hợp hồ đào còn lại lên bột rồi phết phần bột bánh còn lại lên trên hồ đào.

h) Nướng bánh cho đến khi mặt trên vàng và dùng tăm cắm vào giữa thấy tăm sạch sẽ, khoảng 45 phút.

i) Để bánh nguội trên giá trong 5 phút. Chạy một con dao nhỏ dọc theo mép bánh và cẩn thận úp bánh lên đĩa phục vụ. Nếu có bất kỳ lát táo nào dính vào chảo, hãy dùng dao nới lỏng chúng và xếp chúng lên bánh.

j) Phục vụ Bánh lộn ngược Apple-Caramel hơi ấm hoặc ở nhiệt độ phòng. Bạn có thể bảo quản nó ở nhiệt độ phòng trong tối đa 2 ngày. Thưởng thức!

11.Bánh úp ngược Apple-Pecan

THÀNH PHẦN:
PHỦ BÊN TRÊN THỨC ĂN:
- 2 ounce hồ đào xắt nhỏ
- ¼ cốc bơ
- 1 cốc đường nâu nhạt, đóng gói
- 2 quả táo Granny Smith, gọt vỏ, bỏ lõi và thái lát

BÁNH NGỌT:
- 1 cốc bột mì
- 2 thìa cà phê bột nở
- ½ muỗng cà phê quế xay
- ¼ thìa cà phê muối
- 6 muỗng canh bơ, làm mềm
- ¾ cốc đường
- 1 quả trứng
- ½ muỗng cà phê chiết xuất vani
- 6 thìa sữa
- Không bắt buộc:
- Kem tươi để phục vụ

HƯỚNG DẪN:

a) Làm nóng lò nướng của bạn ở nhiệt độ 450°F (230°C) và nướng quả hồ đào đã cắt nhỏ trên khay nướng không phết dầu mỡ cho đến khi chín vàng nhẹ khoảng 10 phút. Hãy để mắt tới chúng để tránh bị cháy. Lấy ra khỏi lò và để một bên.

b) Trong một cái chảo nhỏ và nặng, làm tan chảy bơ. Thêm đường nâu nhạt và nấu, khuấy đều cho đến khi tan chảy, trong khoảng 3 đến 5 phút. Hãy thận trọng vì đường có thể dễ dàng bị cháy.

c) Đổ hỗn hợp bơ-đường vào chảo bánh chống dính tròn 9 inch, phết đều lên đáy. Rắc hồ đào cắt nhỏ đã nướng lên trên hỗn hợp bơ-đường. Xếp những quả táo đã cắt lát thành các vòng tròn đồng tâm, hơi chồng lên nhau trên quả hồ đào.

ĐỐI VỚI BÁNH BÁNH

d) Rây bột mì, bột nở, quế xay và muối vào tô riêng.

e) Dùng máy trộn điện, đánh bơ đã mềm ở tốc độ trung bình cho đến khi bơ mềm và mịn. Thêm đường và tiếp tục đánh cho đến khi hỗn hợp trở thành kem, có thể mất từ 3 đến 5 phút.

f) Thêm trứng và chiết xuất vani, tiếp tục đánh cho đến khi hòa quyện hoàn toàn.

g) Giảm tốc độ máy trộn xuống thấp và lần lượt thêm hỗn hợp bột và sữa vào 3 lần thêm. Chỉ trộn cho đến khi các nguyên liệu khô hòa quyện hoàn toàn, dừng lại để cạo thành bát nếu cần.

h) Cẩn thận múc bột bánh lên phần trên đã chuẩn bị sẵn trong chảo bánh, dàn đều.

i) Nướng bánh ở nhiệt độ 325°F (165°C) cho đến khi cắm tăm vào giữa bánh thấy tăm sạch, khoảng 55 phút.

j) Để bánh nguội trong chảo từ 10 đến 15 phút. Cẩn thận dùng thìa chạy xung quanh mép chảo và để yên trong 10 đến 15 phút nữa.

k) Úp chảo lên một đĩa lớn và để yên trong khoảng 3 phút. Cẩn thận tháo chảo ra, để lộ sự sắp xếp lộn ngược đẹp mắt của táo và hồ đào.

l) Phục vụ Bánh úp ngược Apple-Pecan ấm với kem tươi đánh bông lên trên nếu muốn. Hãy thưởng thức món ngon này!

12. Bánh Táo Cranberry úp ngược

THÀNH PHẦN:
ĐỐI VỚI TRÁI CÂY:
- 2 quả táo nướng có độ cứng vừa phải, chẳng hạn như Granny Smith hoặc Jonagold
- 4 muỗng canh (½ thanh) bơ không muối, cộng thêm cho chảo
- ½ chén đường nâu nhạt đóng gói
- ¾ muỗng cà phê quế xay
- ½ thìa cà phê muối kosher
- 1 ¼ cốc quả nam việt quất tươi hoặc đông lạnh (không rã đông)

ĐỐI VỚI BÁNH:
- 1 cốc đường cát
- ¾ cốc kem chua
- ½ cốc dầu thực vật hoặc 8 thìa bơ nhạt tan chảy
- 1 trứng lớn
- 1 lòng đỏ trứng lớn
- 2 muỗng cà phê chiết xuất vani
- 1 ½ thìa cà phê bột nở
- ¾ thìa cà phê muối kosher
- 1 ½ chén bột mì đa dụng
- Kem vani, để phục vụ

HƯỚNG DẪN:
LÀM TRÁI CÂY:

a) Xếp một giá vào giữa lò và làm nóng trước ở nhiệt độ 350°F. Bôi bơ không muối vào các cạnh của chảo bánh tròn 9 inch.

b) Gọt vỏ, cắt đôi và bỏ lõi những quả táo nướng. Cắt chúng thành những lát dày ⅛ đến ¼ inch (khoảng 2 cốc).

c) Đặt 4 thìa bơ không muối vào chảo bánh và nướng cho đến khi tan chảy khoảng 3 phút. Cẩn thận lấy chảo ra khỏi lò và thêm đường nâu nhạt đã đóng gói, quế xay và muối kosher. Khuấy cho đến khi đường tan. Thêm táo và quả nam việt quất cắt lát vào, khuấy đều.

d) Cho chảo trở lại lò nướng và nướng cho đến khi quả nam việt quất mềm và hỗn hợp caramel tan chảy trong 3 đến 5 phút. Lấy chảo ra khỏi lò và nhẹ nhàng xếp trái cây sao cho phủ đều đáy chảo, đảm bảo một số quả nam việt quất áp thẳng vào đáy để trông hấp dẫn. Đặt sang một bên để nguội một chút trong khi làm bột bánh.

LÀM BÁNH:

e) Trong một tô lớn, trộn đều đường cát, kem chua, dầu thực vật hoặc bơ không muối tan chảy, trứng, chiết xuất vani, bột nở và muối kosher cho đến khi hòa quyện.

f) Nhẹ nhàng trộn bột mì đa dụng bằng thìa linh hoạt cho đến khi vệt cuối cùng biến mất. Cẩn thận đừng trộn quá tay.

g) Cạo bột bánh vào chảo, nhẹ nhàng đẩy bột về phía mép để bột phủ kín hoàn toàn trái cây.

h) Nướng trong 20 phút, sau đó xoay chảo và nướng thêm 20 phút hoặc cho đến khi que thử cắm vào giữa thấy sạch và có một ít vụn ẩm.

i) Chạy một con dao mỏng xung quanh mép chảo ngay sau khi lấy nó ra khỏi lò. Để bánh nguội trong 5 phút, sau đó úp đĩa phục vụ lên bánh và cẩn thận lật lại. Lấy khay bánh ra, nếu có hoa quả dính vào chảo thì cẩn thận lấy ra rồi đặt lại lên trên mặt bánh.

j) Để bánh nguội cho đến khi phần trên đông lại một chút, khoảng 30 phút hoặc ở nhiệt độ phòng. Ăn kèm với kem vani. Thưởng thức Bánh úp ngược Apple Cranberry, lý tưởng nhất là vào ngày nó được làm.

PEAR VÀ QUINCE TTINS

13. Tarte Tatin phong-lê

THÀNH PHẦN:
- ½ (17,3 ounce) gói bánh phồng đông lạnh, đã rã đông
- ¼ cốc bơ
- ⅓ cốc đường nâu
- ¼ muỗng cà phê quế xay
- 1 nhúm hạt nhục đậu khấu
- ¼ cốc xi-rô cây phong
- 4 quả lê cứng vừa - gọt vỏ, bỏ lõi và cắt đôi

HƯỚNG DẪN :
a) Làm nóng lò ở nhiệt độ 375 độ F (190 độ C).
b) Lăn bánh phồng ra trên bề mặt có phủ bột nhẹ đến độ dày ¼ inch; đặt trong tủ lạnh.
c) Đun chảy bơ trong chảo gang 9 inch trên lửa vừa; khuấy đường nâu, quế và nhục đậu khấu rồi nấu và khuấy cho đến khi đường tan, khoảng 5 phút. Khuấy
d) xi-rô cây phong vào hỗn hợp đường nâu; nấu, khuấy đều cho đến khi hỗn hợp bắt đầu sủi bọt.
e) Lấy chảo ra khỏi lửa.
f) Đặt một nửa quả lê đã cắt cạnh vào giữa chảo. Cắt nửa quả lê còn lại vào
g) một nửa nữa; xếp các miếng lê xung quanh quả lê ở giữa, cắt hai bên lên. Đặt chảo trên lửa vừa thấp; nấu lê, phết với hỗn hợp xi-rô cho đến khi chúng bắt đầu mềm, khoảng 5 phút. Lấy chảo ra khỏi lửa.
h) Lấy bánh phồng ra khỏi tủ lạnh; đặt bánh ngọt lên trên quả lê, nhét các cạnh của bánh ngọt xung quanh quả lê vào trong chảo.
i) Nướng trong lò làm nóng trước cho đến khi bánh phồng và vàng, khoảng 20 phút; để nguội trong 5 phút. Đặt một đĩa phục vụ lên chảo; đảo ngược để loại bỏ bánh tart (chảo vẫn còn nóng). Phục vụ ấm áp.

14.Tart lê gừng Tatin

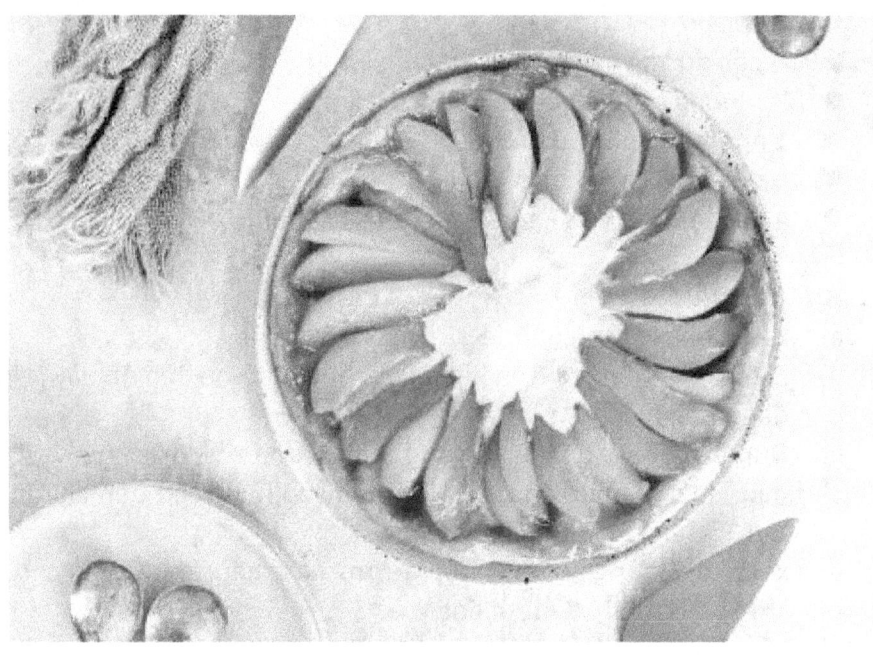

THÀNH PHẦN:
- 2 cốc đường (chia) cộng thêm ⅓ cốc
- 8 quả lê chín cứng (Bosc hoặc Comice)
- 1 cốc bơ, cắt thành 16 miếng
- 3 thìa gừng tươi gọt vỏ, băm nhỏ
- 1 vỏ bánh chưa nướng (10 hoặc 11 inch)
- Creme Fraiche hoặc kem chua (tùy chọn)

HƯỚNG DẪN:

a) Trong một cái chảo vừa có đáy nặng, trộn 2 cốc đường và 1 cốc nước. Khuấy để kết hợp. Đặt chảo lên lửa lớn, đun sôi và nấu trong 15 đến 20 phút cho đến khi hỗn hợp bắt đầu đổi màu. Hỗn hợp phải có màu gỗ gụ sẫm; hãy cẩn thận đừng để nó cháy. Cẩn thận đổ hỗn hợp này vào đĩa bánh thủy tinh 10 inch, nghiêng và xoay chảo để đảm bảo rằng tất cả các mặt và mặt dưới đều được phủ đều. Để nó bên cạnh.

b) Gọt vỏ, bỏ lõi và cắt đôi quả lê. Đặt 8 nửa quả lê vào đĩa bánh theo hình tròn đồng tâm, cắt cạnh lên, phần đế quả lê tròn hướng ra ngoài, tạo thành hoa văn giống như nan hoa của bánh xe. Đổ đầy những miếng lê trang trí vào giữa.

c) Trong một bát nhỏ, trộn ⅓ cốc đường còn lại và gừng băm. Rắc một nửa lượng đường gừng lên lớp quả lê, tiếp theo là một nửa miếng bơ.

d) Cắt thô 8 nửa quả lê còn lại và trải đều trên lớp đầu tiên. Rắc bơ và đường còn lại lên trên.

e) Căn giữa vòng tròn vỏ bánh trên đĩa bánh, để phần nhô ra ít nhất 1 inch và cắt bỏ mọi cạnh không đều. Gấp lớp vỏ nhô ra dưới vòng tròn trên cùng của lớp vỏ và tạo rãnh hoặc uốn mép nếu muốn. Cắt ba lỗ thông hơi 1 inch trong lớp vỏ.

f) Nướng bánh tart ở giữa khay bánh quy có viền hoặc chảo bánh pizza tròn ở nhiệt độ 425°F trong 40 phút hoặc cho đến khi lớp vỏ trở nên rất giòn.

g) Lấy bánh tart ra khỏi lò và đặt nó lên giá làm mát. Hãy để nó đứng trong 5 phút.

h) Úp một đĩa phục vụ sâu, chịu nhiệt lên vỏ bánh. Đảo ngược bánh tart cẩn thận (hãy thận trọng vì nước nóng sẽ chảy ra ngoài). Để đĩa bánh nằm trên bánh tart sao cho caramen ở đáy đĩa lỏng ra và phủ lên trên quả lê. Lấy đĩa bánh ra.

i) Dọn bánh tart với nước sốt caramel tích tụ trên đĩa phục vụ. Bạn cũng có thể thêm Creme Fraiche hoặc kem chua nếu muốn.

j) Chúc bạn ngon miệng với món bánh Tart lê gừng mùa thu!

15. Bánh kếp lộn ngược lê và vani

THÀNH PHẦN:
- 1 quả vani, tách theo chiều dọc
- ¼ cốc đường
- ⅔ cốc bột mì đa dụng
- 1 thìa cà phê bột nở
- ½ muỗng cà phê baking soda
- ¼ thìa cà phê muối
- ½ thanh bơ không muối
- ½ cốc bơ sữa lắc đều
- 2 quả trứng lớn
- 1 ½ quả lê Bosc hoặc Bartlett chín cứng (khoảng ¾ pound)
- 1 thìa nước cốt chanh tươi

HƯỚNG DẪN:

a) Làm nóng lò ở nhiệt độ 400 độ F. Cạo hạt vani từ vỏ vào một cái bát nhỏ và thêm đường. Chà đường và hạt với nhau để tách hạt.

b) Trong một bát riêng, rây bột mì, bột nở, baking soda, muối và 1 thìa đường vani.

c) Trong một chiếc chảo gang 10 inch đã được tẩm gia vị kỹ, làm tan chảy bơ ở nhiệt độ thấp vừa phải, sau đó lấy bơ ra khỏi bếp. Để 1 thìa bơ tan chảy vào một bát riêng.

d) Trong một tô khác, trộn đều bơ sữa, trứng và 1 thìa bơ tan chảy (để lại phần bơ còn lại trong chảo). Trộn hỗn hợp này vào hỗn hợp bột cho đến khi vừa kết hợp. Để bột đứng trong 15 phút.

e) Gọt vỏ và bỏ lõi quả lê, sau đó cắt chúng theo chiều dọc thành các miếng nêm dày ¼ inch. Trộn lê với lượng đường vani còn lại và nước cốt chanh tươi.

f) Xếp các lát lê trang trí vào chảo cùng với bơ tan chảy. Rắc hỗn hợp đường còn lại lên lê và nấu trên lửa vừa phải cho đến khi lê mềm và đường bắt đầu chuyển sang màu caramen (khoảng 8 phút).

g) Đổ đều bột bánh pancake lên những quả lê trong chảo và nướng ở giữa lò trong 15 phút.

h) Giảm nhiệt độ lò xuống 350 độ F và nướng thêm 15 phút hoặc cho đến khi mặt trên có màu vàng và phần giữa của bánh có cảm giác chắc chắn khi chạm vào.

i) Ngay lập tức chạy một con dao mỏng xung quanh mép chảo. Úp đĩa lên trên chảo và cẩn thận úp bánh kếp lên đĩa, giữ cho đĩa và chảo ép chặt vào nhau. Cẩn thận nhấc chảo ra khỏi bánh và thay bất kỳ loại trái cây nào có thể bị kẹt dưới đáy chảo.

j) Phục vụ Bánh kếp lộn ngược lê và vani với xi-rô và thưởng thức món ngon này!

16. Mộc qua và bạch đậu khấu Tarte Tatin

THÀNH PHẦN:
- 2 quả mộc qua, gọt vỏ, bỏ lõi và thái lát
- 75 gram bơ không muối (2½ ounce)
- 100 gam đường cát (3½ ounce)
- 6 quả bạch đậu khấu, nghiền nát
- Tấm bánh phồng

HƯỚNG DẪN:
a) Làm nóng lò ở nhiệt độ 200°C/400°F/mốc gas 6.
b) Làm tan chảy bơ trong chảo an toàn với lò nướng. Rắc đều đường. Thêm vỏ bạch đậu khấu nghiền nát. Sắp xếp các lát mộc qua.
c) Phủ một lớp bánh phồng. Nhét vào các cạnh.
d) Nướng trong 20-25 phút hoặc cho đến khi bánh có màu vàng nâu.
e) Đảo ngược lên đĩa phục vụ, đảm bảo có quả mộc qua caramen và bạch đậu khấu ở trên. Phục vụ ấm áp.

17.Quince và hạnh nhân Tarte Tatin

THÀNH PHẦN:
- 2 quả mộc qua, gọt vỏ, bỏ lõi và thái lát
- 75 gram bơ không muối (2½ ounce)
- 100 gam đường cát (3½ ounce)
- ½ chén hạnh nhân cắt lát
- Tấm bánh phồng

HƯỚNG DẪN:
a) Làm nóng lò ở nhiệt độ 200°C/400°F/mốc gas 6.
b) Làm tan chảy bơ trong chảo an toàn với lò nướng. Rắc đều đường. Thêm hạnh nhân cắt lát. Sắp xếp các lát mộc qua.
c) Phủ một lớp bánh phồng. Nhét vào các cạnh.
d) Nướng trong 20-25 phút hoặc cho đến khi bánh có màu vàng nâu.
e) Đảo ngược lên đĩa phục vụ, đảm bảo có quả mộc qua và hạnh nhân caramen ở trên. Phục vụ ấm áp.

18.Bánh úp ngược quả lê mật ong

THÀNH PHẦN:
PHỦ BÊN TRÊN THỨC ĂN
- 1 quả lê (chẳng hạn như Bartlett hoặc Anjou), gọt vỏ và thái lát mỏng
- 1 thìa bột mì
- 2 thìa cà phê vỏ cam bào
- 1 muỗng cà phê quế xay
- ½ cốc mật ong

BÁNH NGỌT
- 1 cốc bột mì đa dụng
- 1 muỗng cà phê bột nở
- ¼ muỗng cà phê Baking soda
- ¼ thìa cà phê muối
- ½ cốc mật ong
- 1 quả trứng
- 2 muỗng canh bơ hoặc parve margarine, tan chảy
- 2 thìa nước cam tươi

HƯỚNG DẪN:
PHỦ BÊN TRÊN THỨC ĂN
a) Xếp các lát lê vào đáy chảo bánh 9 inch đã phết mỡ.
b) Rắc bột mì, vỏ cam bào và quế xay lên các lát lê.
c) Rưới đều mật ong lên lê và gia vị.

BÁNH NGỌT
d) Trong một tô lớn, trộn bột mì đa dụng, bột nở, baking soda và muối rồi trộn đều.
e) Trong một bát nhỏ, trộn mật ong, trứng, bơ tan chảy hoặc bơ thực vật và nước cam tươi rồi trộn đều.
f) Thêm hỗn hợp mật ong vào hỗn hợp bột, khuấy đều cho đến khi vừa trộn.
g) Trải đều bột bánh lên quả lê và mật ong trong chảo bánh.

NƯỚNG
h) Nướng bánh ở nhiệt độ 375 độ F (190 độ C) trong 30 đến 35 phút hoặc cho đến khi mặt trên có màu nâu đẹp mắt.
i) Để bánh nguội trong 5 phút trên giá lưới.
j) Lật ngược chiếc bánh lên đĩa phục vụ để lộ phần trên cùng là quả lê mật ong tuyệt đẹp.
k) Phục vụ bánh ấm và thưởng thức sự kết hợp thú vị của mật ong ngọt ngào, lê mềm và vỏ cam thơm!

19. Tarte Tatin lê luộc vani và mật ong

THÀNH PHẦN:
- 4 quả lê chín, gọt vỏ, bỏ lõi và cắt đôi
- 75 gram bơ không muối (2½ ounce)
- 100 gam đường cát (3½ ounce)
- 1 quả vani, tách đôi và cạo vỏ
- 2 thìa mật ong
- Tấm bánh phồng

HƯỚNG DẪN:
a) Làm nóng lò ở nhiệt độ 200°C/400°F/mốc gas 6.
b) Ướp vani: Trong chảo, trộn bơ, đường, hạt vani và mật ong. Đun nóng cho đến khi đường tan. Luộc nửa quả lê cho đến khi hơi mềm.
c) Chuyển lê luộc vào chảo an toàn với lò nướng. Đổ hỗn hợp vani và mật ong lên trên. Phủ một lớp bánh phồng. Nhét vào các cạnh.
d) Nướng trong 20-25 phút hoặc cho đến khi bánh có màu vàng nâu.
e) Úp lên đĩa phục vụ, đảm bảo có lê vani-mật ong caramen ở trên. Phục vụ ấm áp.

20. Mộc qua và quế Tarte Tatin

THÀNH PHẦN:
- 2 quả mộc qua, gọt vỏ, bỏ lõi và thái lát
- 75 gram bơ không muối (2½ ounce)
- 100 gam đường cát (3½ ounce)
- 1 muỗng cà phê quế xay
- Tấm bánh phồng

HƯỚNG DẪN:
a) Làm nóng lò ở nhiệt độ 200°C/400°F/mốc gas 6.
b) Làm tan chảy bơ trong chảo an toàn với lò nướng. Rắc đều đường. Thêm quế xay. Sắp xếp các lát mộc qua.
c) Phủ một lớp bánh phồng. Nhét vào các cạnh.
d) Nướng trong 20-25 phút hoặc cho đến khi bánh có màu vàng nâu.
e) úp lên đĩa phục vụ, đảm bảo có quả mộc qua caramen và quế ở trên. Phục vụ ấm áp.

21. Nghệ tây và quả hồ trăn Pear Tatin

THÀNH PHẦN:
ĐỐI VỚI LỚP VỎ:
- 1 que (125g) bơ không muối, thái hạt lựu
- 2 ½ cốc (300g) bột mì đa dụng
- 1 trứng lớn
- 1–2 thìa cà phê nước

ĐỐI VỚI ĐIỀN:
- 3–4 quả lê, gọt vỏ và cắt làm tư
- ½ cốc (100g) đường
- ¼ cốc (khoảng 50 g) bơ không muối
- 1g nghệ tây
- 1 nắm quả hồ trăn, nghiền nát

HƯỚNG DẪN:

a) Làm nóng lò ở nhiệt độ 350°F (180°C) và lót khuôn lò xo 10 inch (25-26 cm) với đáy có thể tháo rời bằng giấy da. Che phần bên ngoài của khuôn lò xo bằng giấy bạc.

b) Phần vỏ bánh: bơ cắt hạt lựu rồi trộn nhanh với bột mì. Thêm trứng vào, dùng thìa gỗ khuấy đều. Thêm nước khi cần thiết (bột phải mịn và không dính), rồi tạo hình thành khối bột cứng. Bọc trong màng bám và đặt sang một bên.

c) Gọt vỏ và bỏ lõi quả lê, sau đó cắt chúng thành các phần tư. Bày bên trong khuôn lò xo, phần cong chạm vào đáy khuôn.

d) Nấu đường trong nồi vừa, đặt trên lửa nhỏ, không chạm vào đường. Khi đường bắt đầu hơi vàng thì tắt bếp và đổ lên quả lê. Rắc bơ (thái hạt lựu) và nghệ tây.

e) Cán bột thành hình tròn lớn hơn kích thước của khuôn lò xo một chút, sau đó đặt bột lên trên những quả lê. Cẩn thận đặt các cạnh vào giữa quả lê và mép của mẫu. Dùng dao sắc rạch vài đường trên vỏ bánh để không khí thoát ra ngoài.

f) Nướng khoảng 40-45 phút, cho đến khi vỏ bánh vàng. Lấy ra khỏi lò và để nguội một chút trước khi lật ngược bánh tarte tatin lên đĩa phục vụ.

g) Nướng nhẹ quả hồ trăn trong chảo rán cho đến khi vàng, khuấy liên tục và rắc lên bánh tarte tatin. Ăn kèm với kem vani hoặc kem tươi.

22.Lê, Sôcôla và Hạt phỉ Tatin

THÀNH PHẦN:
- Gói 320 gram bánh phồng cán sẵn
- 70 gram bơ không muối
- 100 gram đường bột
- 1 thìa cà phê hồi xay
- 4 - 6 quả lê (bóc vỏ, cắt đôi theo chiều dọc và bỏ lõi)
- 50 gram hạt phỉ rang cắt nhỏ
- 50 gram sô cô la đen (70% chất rắn ca cao), cắt nhỏ
- 1 quả trứng (đánh nhẹ)

HƯỚNG DẪN:
a) Làm nóng lò ở 180°C (350°F), Gas Mark 4.
b) Trước khi bắt đầu nấu, hãy trải bánh ra.
c) Lấy một chiếc chảo rán chịu nhiệt có đường kính 20–23 cm (8–9 inch) và cắt một hình tròn bánh ngọt có kích thước bằng kích thước của chảo. Đặt bánh ngọt lên khay và cho vào tủ lạnh cho đến khi cần.
d) Cho bơ và đường vào chảo rán chịu nhiệt và nấu trên lửa nhỏ trong 5–6 phút cho đến khi có màu caramen. Thêm hoa hồi và khuấy đều.
e) Tắt bếp và đặt những quả lê đã cắt cạnh lên trên lớp caramen, giữ phần đầu hẹp của chúng ở giữa. Dùng chổi quét một ít caramen lên quả lê. Nướng trong 30 phút cho đến khi lê mềm.
f) Rắc hạt phỉ vào các khoảng trống giữa các quả lê, sau đó rải sô cô la lên trên các hạt.
g) Đặt vòng tròn bánh ngọt lên trên và nhét nó xuống xung quanh quả lê
h) Dùng dao rạch khắp thân để thoát hơi nước.
i) Quét một ít trứng đã đánh lên khắp mặt và nướng trong 25–30 phút cho đến khi chín vàng. Để nó trong một phút trước khi bày nó ra đĩa.
j) Cắt lát và phục vụ.

BÁNH CHUỐI

23.Bánh Chuối Úp Ngược

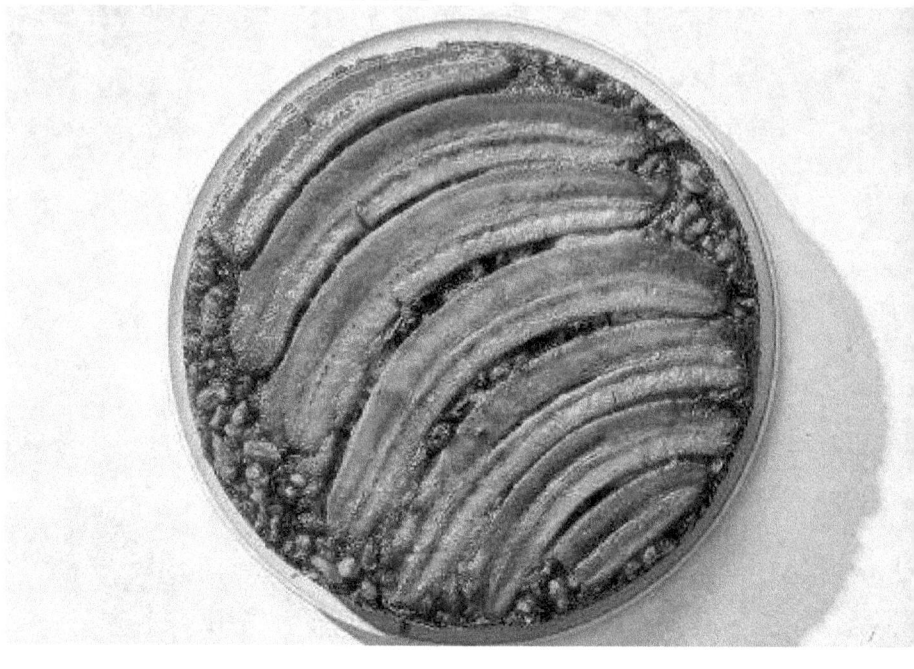

THÀNH PHẦN:
- 9 ½ thìa bơ
- ½ cốc đường nâu
- 1 ½ cốc đường hạt
- 1 cốc chuối nghiền
- 2 quả trứng
- 1 muỗng canh chiết xuất vani
- ¼ cốc rượu rum đen
- 2 chén bột mì đa dụng
- 1 muỗng cà phê baking soda
- ½ thìa muối
- 1 muỗng cà phê quế xay
- ½ thìa hạt nhục đậu khấu
- ¼ thìa cà phê Gừng xay
- ½ cốc kem chua
- 2 quả chuối chưa chín lớn, cắt thành lát ⅓ inch
- 1 ¼ cốc Quả óc chó, vỡ

HƯỚNG DẪN:

a) Làm nóng lò nướng của bạn ở nhiệt độ 350°F (175°C). Trong chảo chịu nhiệt 10 inch, làm tan chảy 5 ½ thìa bơ với đường nâu trên lửa rất thấp.

b) Trong khi đó, trong một tô trộn lớn, đánh 4 thìa bơ còn lại với đường cát cho đến khi mịn và mịn.

c) Thêm chuối nghiền, trứng, chiết xuất vani và rượu rum đen vào hỗn hợp bơ-đường. Khuấy cho đến khi kết hợp tốt.

d) Trong một bát riêng, trộn đều bột mì đa dụng, baking soda, muối, quế xay, nhục đậu khấu và gừng xay.

e) Dần dần thêm các nguyên liệu khô vào hỗn hợp chuối, xen kẽ với kem chua và trộn cho đến khi hòa quyện.

f) Xếp các lát chuối thành hình đẹp mắt trên hỗn hợp đường nâu tan chảy trong chảo. Rắc quả óc chó vỡ lên trên quả chuối.

g) Đổ đều bột bánh lên chuối và quả óc chó.

h) Đặt chảo vào lò đã làm nóng trước và nướng trong 50 đến 60 phút hoặc cho đến khi cắm tăm vào giữa tăm thấy tăm sạch.

i) Ngay lập tức bày bánh ra đĩa phục vụ, với chuối-quả óc chó phủ caramen ở trên cùng.

j) Ăn nóng Bánh chuối lộn ngược, và nếu bạn cảm thấy thích thú, hãy dùng kèm với một muỗng kem. Hãy thưởng thức món ngon này với hương vị thú vị của chuối và quả óc chó!

24. Bánh chuối úp ngược quả óc chó

THÀNH PHẦN:
PHỦ BÊN TRÊN THỨC ĂN:
- 1 chén đường nâu vàng, đóng gói
- ¼ cốc bơ không muối
- 3 muỗng canh xi-rô cây phong nguyên chất
- ¼ cốc quả óc chó, cắt nhỏ
- 4 quả chuối chín lớn, bóc vỏ và cắt chéo; lát ¼-inch

BÁNH NGỌT:
- 1 cốc bột mì
- 2 thìa cà phê bột nở
- ½ muỗng cà phê quế
- ¼ thìa cà phê muối
- ¾ cốc đường
- 6 thìa bơ lạt, nhiệt độ phòng
- 1 trứng lớn
- ½ muỗng cà phê chiết xuất vani
- 6 thìa sữa
- Kem tươi đánh bông (tùy chọn)

HƯỚNG DẪN:

a) Làm nóng lò nướng của bạn ở nhiệt độ 325°F (160°C).

ĐỐI VỚI TOPPING:

b) Trong một cái chảo vừa nặng, kết hợp đường nâu và bơ. Khuấy trên lửa nhỏ cho đến khi bơ tan chảy và hỗn hợp hòa quyện.

c) Đổ hỗn hợp vào chảo bánh 9 inch với các cạnh cao 2 inch, dàn đều để phủ đều đáy chảo. Đổ si-rô phong nguyên chất lên trên hỗn hợp đường, sau đó rắc đều quả óc chó cắt nhỏ lên trên.

d) Xếp các lát chuối thành các vòng tròn đồng tâm lên trên các hạt, hơi chồng lên nhau và phủ kín đáy chảo.

ĐỐI VỚI BÁNH:

e) Trong một tô vừa, khuấy bột mì, bột nở, quế và muối với nhau để trộn đều.

f) Trong một tô vừa khác, đánh đường và bơ cho đến khi thành kem. Thêm trứng và chiết xuất vani vào, đánh cho đến khi hỗn hợp trở nên nhẹ và mịn.

g) Đánh hỗn hợp bột xen kẽ với sữa trong ba lần thêm.

h) Đổ bột bánh lên trên những quả chuối đã xếp sẵn trong chảo.
i) Nướng bánh trong lò làm nóng trước khoảng 55 phút hoặc cho đến khi que thử cắm vào giữa bánh thấy bánh sạch.
j) Chuyển bánh sang giá làm mát. Chạy dao quanh thành chảo để nới lỏng bánh. Để bánh nguội trên giá trong 30 phút.
k) Đặt một cái đĩa lên trên chảo và lật ngược chiếc bánh. Để yên trong 3 phút rồi nhẹ nhàng nhấc chảo ra.
l) Phục vụ Bánh chuối úp ngược quả óc chó khi còn ấm, và nếu muốn, phủ một lớp kem ngọt lên trên để có một món ăn thú vị hơn. Thưởng thức sự kết hợp hảo hạng của chuối caramen, quả óc chó và xi-rô cây thích trong món tráng miệng thú vị này!

25.Bánh úp chuối-dứa

THÀNH PHẦN:
- 3/8 cốc (6 thìa canh) Bơ
- ¾ cốc đường
- 1 quả trứng
- ¾ cốc sữa
- 2 chén bột mì đa dụng
- 2 thìa cà phê bột nở
- ½ thìa muối
- 1 quả chuối nghiền
- 1 cốc dứa nghiền
- ½ chén hạt cắt nhỏ
- ⅓ cốc bơ
- ⅔ cốc Đường nâu

HƯỚNG DẪN:

a) Đánh kem 6 thìa bơ và đường. Thêm trứng đánh vào và trộn đều.

b) Trong một bát riêng, rây bột mì đa dụng, bột nở và muối.

c) Dần dần thêm các nguyên liệu khô vào hỗn hợp bơ, xen kẽ với sữa. Trộn cho đến khi kết hợp tốt.

d) Gấp chuối nghiền vào.

e) Trong một chảo nhỏ riêng biệt, làm tan chảy ⅓ cốc bơ và trộn với đường nâu.

f) Đổ hỗn hợp bơ tan chảy và đường nâu vào đáy chảo vuông 8 inch hoặc chảo thực phẩm thiên thần nhỏ.

g) Thêm dứa nghiền đã ráo nước và các loại hạt cắt nhỏ lên trên hỗn hợp bơ-đường.

h) Đổ bột lên hỗn hợp dứa-hạt.

i) Nướng trong lò đã làm nóng trước ở nhiệt độ 350 độ F trong 20-30 phút hoặc cho đến khi cắm tăm vào giữa tăm thấy tăm sạch sẽ.

j) Thưởng thức món bánh chuối-dứa lộn ngược thơm ngon của bạn!

26.Bánh Chuối Úp Ngược Riêng

THÀNH PHẦN:
- 6 muỗng canh bơ không muối, làm mềm
- ⅓ cốc đường nâu sẫm đóng gói chắc chắn
- ¼ cốc hạt macadamia nướng nhẹ, cắt nhỏ
- 2 quả chuối cứng, gọt vỏ và cắt thành lát dày ¼ inch
- ¾ cốc bột mì đa dụng
- ¾ muỗng cà phê bột nở
- ¼ thìa cà phê quế
- 1 nhúm muối
- ¼ cốc đường cát
- 2 quả trứng lớn
- ½ muỗng cà phê Vani

HƯỚNG DẪN:

a) Làm nóng lò ở nhiệt độ 350 độ F.

b) Trong một cái chảo nhỏ, làm tan chảy 4 thìa bơ và chia nó vào bốn chiếc ramekin 1 cốc.

c) Rắc đều đường nâu sẫm và hạt mắc ca cắt nhỏ lên bơ tan chảy trong mỗi chiếc ramekin.

d) Xếp các lát chuối lên trên các hạt, chồng lên nhau cho vừa.

e) Trong một cái bát, trộn đều bột mì đa dụng, bột nở, quế và muối.

f) Trong một bát riêng, trộn 2 thìa bơ mềm và đường cát còn lại với nhau.

g) Đánh từng quả trứng vào, sau đó cho vani vào trộn đều.

h) Khuấy các nguyên liệu khô, trộn cho đến khi bột vừa kết hợp.

i) Chia đều bột cho 4 ramekin.

j) Chuyển các ramekins vào khay nướng và nướng trong 25 phút hoặc cho đến khi bánh phồng lên và có màu vàng nâu.

k) Để bánh nguội trong khuôn ramekins trên giá trong 5 phút.

l) Chạy một con dao sắc xung quanh các cạnh của ramekins và cẩn thận úp từng chiếc bánh vào đĩa phục vụ.

berry và vả tatins

27. Quả sung, hạt phỉ và vani Tarte Tatin

THÀNH PHẦN:
- 50g bơ
- 50g đường bột
- 1 quả vani và hạt
- 6-7 quả sung
- Bánh phồng cuộn sẵn gói 320g
- 1 quả trứng, đánh bông
- 25g (1 ounce) hạt phỉ, cắt nhỏ và nướng

HƯỚNG DẪN:

a) Làm nóng lò ở mức gas 6, 200°C, quạt 180°C. Đun chảy bơ và đường bột trong chảo rán chịu nhiệt 20cm (8in) trên lửa vừa, sau đó thêm vỏ vani và hạt vào. Xoay xung quanh cho đến khi nó chuyển sang màu caramel vàng rồi loại bỏ vỏ vani rỗng.

b) Cắt đôi quả sung và đặt mặt cắt xuống chảo sao cho chúng vừa khít với phần đế. Để nguội trong 2 phút.

c) Trải bánh phồng ra và cắt một hình tròn rộng hơn chảo 2cm (1in). Đặt quả sung lên trên, ấn hai bên xuống để đảm bảo bánh chạm vào mép. Dùng nĩa đâm, phết trứng đã đánh lên rồi nướng trong 20-25 phút.

d) Để nguội trong chảo khoảng 5-10 phút, sau đó cẩn thận dùng dao sắc giữa bánh và mép bánh, đặt một đĩa phục vụ lên trên và úp chảo.

e) Rắc hạt phỉ để phục vụ.

28. Hỗn hợp Berry Tarte Tatin

THÀNH PHẦN:
- 2 cốc hỗn hợp các loại quả mọng (dâu tây, quả việt quất, quả mâm xôi)
- 75 gram bơ không muối (2½ ounce)
- 100 gam đường cát (3½ ounce)
- 1 thìa nước cốt chanh
- Tấm bánh phồng

HƯỚNG DẪN:
a) Làm nóng lò ở nhiệt độ 200°C/400°F/mốc gas 6.
b) Làm tan chảy bơ trong chảo an toàn với lò nướng. Rắc đều đường. Thêm hỗn hợp các loại quả mọng và nước chanh.
c) Phủ một lớp bánh phồng. Nhét vào các cạnh.
d) Nướng trong 20-25 phút hoặc cho đến khi bánh có màu vàng nâu.
e) Đảo ngược lên đĩa phục vụ, để những quả mọng nước tỏa sáng. Phục vụ ấm áp.

29.Quả mâm xôi và táo Tarte Tatin

THÀNH PHẦN:
- 4-5 quả táo cỡ vừa, gọt vỏ, bỏ lõi và thái lát
- 1 cốc quả mâm xôi tươi
- ½ cốc bơ không muối
- 1 cốc đường cát
- 1 muỗng cà phê chiết xuất vani
- 1 miếng bánh phồng, rã đông nếu đông lạnh

HƯỚNG DẪN:
a) Làm nóng lò nướng của bạn ở nhiệt độ 200°C (400°F).
b) Trong chảo an toàn cho lò nướng hoặc đĩa Tarte Tatin, làm tan chảy bơ trên lửa vừa.
c) Rắc đều đường lên bơ tan chảy.
d) Để đường caramen, thỉnh thoảng khuấy cho đến khi đường chuyển sang màu nâu vàng.
e) Nhấc chảo ra khỏi bếp và sắp xếp các lát táo thành hình tròn trên lớp đường caramen.
f) Đặt quả mâm xôi vào khoảng trống giữa các lát táo.
g) Rưới chiết xuất vani lên táo và quả mâm xôi đã sắp xếp.
h) Cán bánh phồng trên bề mặt đã phủ bột mì sao cho vừa với kích thước chảo của bạn.
i) Cẩn thận đặt miếng bánh phồng lên trên trái cây, nhét các mép xung quanh các cạnh.
j) Chuyển chảo vào lò đã làm nóng trước và nướng trong 20-25 phút hoặc cho đến khi bánh phồng có màu nâu vàng và phồng lên.
k) Lấy chảo ra khỏi lò. Hãy cẩn thận vì nó sẽ nóng.
l) Đặt đĩa phục vụ lộn ngược lên trên chảo và cẩn thận úp Tarte Tatin lên đĩa. Bây giờ trái cây caramen sẽ ở trên cùng.
m) Để Tarte Tatin nguội trong vài phút trước khi dùng.
n) Phục vụ các lát Raspberry và Apple Tarte Tatin còn ấm, riêng lẻ hoặc với một muỗng kem vani hoặc một ít kem đánh bông.

30. Tarte Tatin việt quất và táo

THÀNH PHẦN:
- 300g bánh phồng bơ
- Bột mì thường, để phủ bụi
- 3 quả táo lớn
- 100g đường cát
- 100g bơ mặn (80g ướp lạnh và cắt hạt lựu, 20g đun chảy)
- 100g quả việt quất đông lạnh

HƯỚNG DẪN:

a) Cán bột bánh ngọt có độ dày 3 mm hoặc sử dụng bánh ngọt cán sẵn có độ dày phù hợp. Cắt một hình tròn 9 inch từ bánh ngọt bằng cách sử dụng đĩa hoặc khuôn nướng bánh làm hướng dẫn, sau đó dùng nĩa chọc vào bánh ngọt vài lần.

b) Đặt bánh ngọt vào khay rồi cho vào tủ đông trong khi bạn làm phần bánh tart còn lại.

c) Làm nóng lò ở mức quạt 180C/160C

d) Gọt vỏ, bỏ lõi và làm tư những quả táo mặc dù táo có thể được cắt theo cách bạn muốn với công thức này vì những khoảng trống sẽ được lấp đầy bằng quả việt quất. Đặt táo sang một bên trong khi bạn làm caramen.

e) Cho đường vào chảo rán chịu nhiệt 8 inch và đặt trên lửa vừa cao. Nếu bạn không có chảo chịu nhiệt, đừng lo lắng, bạn có thể làm caramen trong chảo rán rồi chuyển sang khuôn nướng 8 inch và làm theo các hướng dẫn còn lại như bình thường.

f) Nấu đường trong 5 - 7 phút, khuấy thường xuyên cho đến khi đường có màu hổ phách và bắt đầu bốc khói. Tắt bếp rồi cho 80g bơ thái hạt lựu vào đánh đều.

g) Sau khi bơ đã được khuấy thành caramen, đã đến lúc làm bánh tarte Tatin. Bắt đầu bằng cách phân đều táo vào caramen, vo tròn úp xuống. Điền vào bất kỳ khoảng trống nào bằng quả việt quất và sau đó nhẹ nhàng ấn tất cả trái cây xuống. Quét trái cây với 20g bơ tan chảy rồi cho vào lò nướng.

h) Nướng bánh tarte Tatin trong 10 phút để táo mềm. Lấy ra khỏi lò và đặt bánh ngọt đông lạnh lên trên. Nướng thêm 30-35 phút hoặc cho đến khi bánh có màu vàng nâu.

i) Để bánh tart ở nhiệt độ phòng trong một giờ trước khi dùng dao chạy quanh mép.

j) Đặt một chiếc đĩa lên trên chảo rồi cẩn thận lật cả đĩa và chảo.

k) Nhấc chảo ra để lộ chiếc bánh tart xinh đẹp mà bạn đã làm.

31.Quả mâm xôi và rượu táo Tatin

THÀNH PHẦN:
- 1 ¾ chén bột mì đa dụng
- ¼ cốc đường
- 7 muỗng canh bơ lạnh (cắt thành từng miếng/khối nhỏ)
- 1 chút muối
- 1 chút quế
- Bột mì thường để phủ bụi
- 5-7 ounce quả mâm xôi
- 3-4 quả táo cỡ vừa
- 2 thìa rượu whisky
- 2-3 thìa nước cốt chanh
- ¾ cốc đường
- ½ muỗng cà phê quế
- 5 muỗng canh bơ lạnh (cắt thành khối/viên nhỏ)

HƯỚNG DẪN:
a) Làm nóng lò ở nhiệt độ 200°C.
b) Đối với lớp vỏ ngắn, trộn nhanh bột mì, đường, muối vụn bơ và quế cho đến khi hòa quyện thành một khối bột.
c) Bọc bột bằng màng bọc thực phẩm rồi cho vào ngăn mát tủ lạnh 30 phút.
d) Gọt vỏ táo, bỏ lõi và cắt mỗi quả thành 8-12 miếng.
e) Đặt các miếng nêm vào tô và rắc nước cốt chanh.
f) Thêm rượu whisky và quế.
g) Lấy một cái chảo có đáy nặng và rắc đều đường vào đáy.
h) Đặt lên bếp trên lửa vừa, lật chảo thường xuyên và đảm bảo đường không bị cháy.
i) Để đường caramen. Gần đúng lúc nó chuyển sang màu nâu vàng.
j) Tắt bếp và đặt một nửa số quả mâm xôi lên đáy chảo.
k) Xếp các miếng táo lên trên và đặt nửa quả mâm xôi còn lại lên trên các miếng táo.
l) Chấm từng miếng bơ lên trên.
m) Phủi bột mì lên một bề mặt sạch và dùng cán lăn rồi lăn lớp vỏ bánh ngắn cho đến khi đủ lớn để phủ kín khuôn bánh tarte của bạn.
n) Cẩn thận đặt lớp vỏ ngắn lên trên chảo.

o) Nướng trong lò khoảng 40 phút hoặc cho đến khi lớp vỏ chuyển sang màu nâu vàng.
p) Dùng găng tay lò nướng lấy một chiếc đĩa lớn hơn chảo tarte và đặt lên trên chảo.
q) Giữ chặt đĩa và chảo lại với nhau, lật nhanh và cẩn thận cả hai sao cho chảo ở trên và đĩa ở dưới. Từ từ tháo chảo ra. Bánh tarte nên được để ở nơi phục vụ với trái cây ở trên.
r) Để nguội trong vài phút.
s) Ăn nóng với đá vani hoặc sữa trứng.

32. Tarte Tatin đào và dâu đen

THÀNH PHẦN:
- ¾ cốc đường
- 80g bơ, cắt hạt lựu
- 2 muỗng canh nước
- 4-5 quả đào, bỏ hạt
- 200g quả mâm xôi
- 400g bánh phồng xốp
- Kem fraiche hoặc kem để phục vụ

HƯỚNG DẪN:
a) Làm nóng lò ở nhiệt độ 200C.
b) Rắc đường vào chảo rán đế dày khoảng 23cm. Đun từ từ ở mức thấp để làm tan đường, thỉnh thoảng đảo đều cho đến khi có màu vàng nâu. Tắt bếp và thêm bơ vào. Sau đó khuấy qua nước.
c) Cắt đào thành từng phần tư và xếp thịt đào xuống trên caramen. Chấm quả mâm xôi vào bất kỳ lỗ nào và rải lên quả đào.
d) Trên một chiếc ghế đã trải bột mì nhẹ, cuộn bánh ngọt cho vừa với mặt trên, để phần nhô ra 2 cm. Đặt miếng bánh ngọt lên trên và nhét phần nhô ra. Cho vào lò nướng khoảng 35 phút cho đến khi bánh vàng và phồng lên. Lấy ra và để yên khoảng 10-15 phút trước khi cẩn thận lật ra đĩa phục vụ.
e) Ăn kèm với kem fraiche hoặc kem.

33. Bánh Anh Đào úp Ngược

THÀNH PHẦN:
PHỦ BÊN TRÊN THỨC ĂN:
- ¼ cốc bơ thực vật
- ½ cốc đường
- 2 cốc anh đào chua

PHẦN BÁNH:
- 1 ½ chén bột mì
- ½ cốc đường
- 2 thìa cà phê bột nở
- ½ thìa muối
- 1 quả trứng
- ½ cốc sữa
- 3 muỗng canh Shortening, tan chảy

HƯỚNG DẪN:

a) Làm nóng lò nướng của bạn ở nhiệt độ 400 độ F (200 độ C).

b) Trong chảo 9 inch, làm tan chảy ¼ cốc bơ thực vật.

c) Cho quả anh đào chua đã trộn với ½ cốc đường vào bơ thực vật đã đun chảy trong chảo, dàn đều.

d) Để làm phần bánh, trộn bột mì, ½ chén đường, bột nở và muối vào tô.

e) Thêm trứng đã đánh, sữa và mỡ tan chảy vào nguyên liệu khô, khuấy đều cho đến khi kết hợp tốt.

f) Đổ đều bột bánh lên trên quả anh đào và đường trong chảo.

g) Nướng bánh trong lò làm nóng trước khoảng 30 phút hoặc cho đến khi cắm tăm vào giữa bánh thấy tăm sạch.

h) NGAY LẬP TỨC sau khi nướng, úp bánh lên đĩa phục vụ để phần phủ anh đào bây giờ ở trên mặt bánh.

i) Phục vụ bánh Cherry lộn ngược khi còn ấm và thưởng thức hương vị thú vị của quả anh đào ngọt ngào và chiếc bánh mềm!

34.Bánh úp ngược Blackberry

THÀNH PHẦN:
- ¼ cốc đường nâu
- 2 thìa bơ
- 2 cốc quả mâm xôi
- ½ cốc bơ thực vật hoặc bơ
- 1 ¾ cốc Đường
- 2 quả trứng
- 1 ½ chén bột mì
- 2 thìa cà phê bột nở
- ½ thìa muối
- 1 thìa cà phê Vani
- Kem tươi (để phủ lên trên)

HƯỚNG DẪN:

a) Làm nóng lò nướng của bạn ở nhiệt độ 350°F (175°C).

b) Trong chảo tròn hoặc chảo sắt 8 hoặc 9 inch, đun nóng đường nâu và 2 thìa bơ trên lửa vừa cho đến khi tan chảy và sủi bọt.

c) Thêm quả mâm xôi vào chảo và nấu, khuấy đều cho đến khi hỗn hợp sủi bọt trở lại.

d) Thêm ¾ cốc đường vào quả mâm xôi và nghiền nát chúng một chút. Nấu thêm 5 phút nữa thì nhấc chảo ra khỏi bếp và đặt sang một bên.

e) Trong một bát riêng, trộn ½ cốc bơ thực vật hoặc bơ với 1 cốc đường còn lại cho đến khi hỗn hợp trở nên nhạt và mịn như kem.

f) Trộn trứng vào.

g) Trong một bát khác, trộn bột mì, bột nở và muối. Thêm hỗn hợp khô này vào hỗn hợp bơ và đường xen kẽ với sữa, trộn đều sau mỗi lần thêm.

h) Khuấy vani.

i) Đổ bột bánh lên trái cây đã nấu chín trong chảo.

j) Nướng bánh trong lò làm nóng trước từ 35 đến 40 phút hoặc cho đến khi cắm tăm vào giữa và thấy tăm sạch.

k) Để bánh trong chảo cho đến khi còn âm ấm, sau đó dùng dao chạy quanh mép chảo và cẩn thận úp bánh ra đĩa lớn. Hãy thận trọng không để nguội quá nhiều, vì nó có thể khó lấy ra khỏi chảo.

l) Phủ kem lên Bánh Blackberry lộn ngược và thưởng thức món tráng miệng thú vị này với hương vị đậm đà của quả mâm xôi và bánh bơ!

35.Bánh úp ngược việt quất

THÀNH PHẦN:
PHỦ BÊN TRÊN THỨC ĂN:
- 2 cốc quả việt quất tươi
- ¾ cốc đường
- 2 thìa bột mì
- 2 thìa nước cốt chanh

BỘT NHỒI:
- ½ chén rau rút ngắn
- 1 cốc đường
- 3 quả trứng
- Vỏ bào của một quả cam
- 1 ½ cốc hồ đào cắt nhỏ
- 1 thìa cà phê muối
- ¾ cốc sữa
- 2 cốc bột
- 3 thìa cà phê bột nở

HƯỚNG DẪN:

a) Làm nóng lò nướng của bạn ở nhiệt độ 350°F (175°C) và bôi mỡ vào chảo nướng 10 x 10 x 2 inch.

b) Kết hợp tất cả các thành phần topping vào một cái bát, trộn đều. Trải hỗn hợp vào đáy chảo nướng đã phết mỡ.

c) Trong một bát riêng, đánh kỹ hỗn hợp rau củ và 1 cốc đường.

d) Thêm từng quả trứng vào, đánh đều sau mỗi lần thêm.

e) Rây đều 2 chén bột mì, bột nở và muối. Lần lượt thêm các nguyên liệu khô và sữa vào hỗn hợp kem rút ngắn, bắt đầu và kết thúc bằng các nguyên liệu khô.

f) Cho quả hồ đào cắt nhỏ và vỏ cam bào vào.

g) Đổ bột lên trên mặt trong chảo nướng.

h) Nướng bánh trong lò làm nóng trước khoảng 45 phút hoặc cho đến khi cắm tăm vào giữa và thấy tăm sạch.

i) Trong khi bánh vẫn còn nóng, hãy nới lỏng các cạnh và úp bánh ra đĩa.

j) Rắc bánh úp ngược việt quất với đường bột nếu muốn.

k) Phục vụ bánh ấm và thưởng thức sự kết hợp ngon lành giữa quả việt quất và cam trong món tráng miệng thú vị này!

36.Dứa Anh Đào úp Ngược

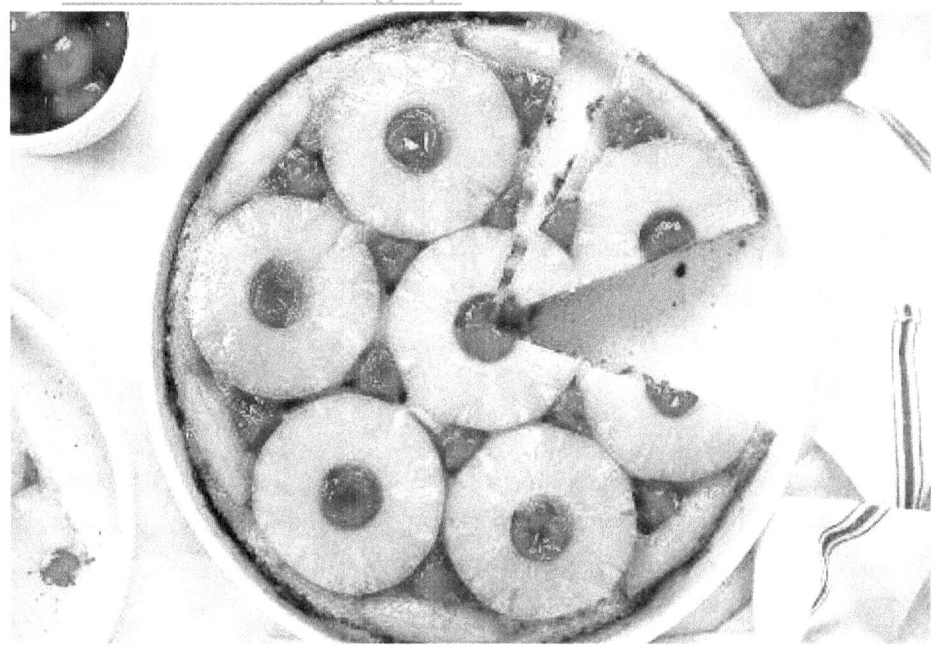

THÀNH PHẦN:
- 2 chén bột mì đa dụng
- 1 ½ thìa cà phê bột nở
- ½ thìa muối
- 1 gói (12-oz) miếng bánh có hương vị bơ Nestle Toll House, chia thành nhiều phần
- ¾ cốc bơ, làm mềm, chia
- 2 lon (8-oz) dứa thái lát, để ráo nước, giữ lại ¾ cốc nước ép
- 8 quả anh đào Maraschino
- 1 cốc đường
- 2 quả trứng

HƯỚNG DẪN:

a) Làm nóng lò nướng của bạn ở nhiệt độ 350 độ F (175 độ C).

b) Trong một tô vừa, trộn bột mì đa dụng, bột nở và muối. Đặt hỗn hợp khô này sang một bên.

c) Trong chảo gang 10 inch trên lửa nhỏ, kết hợp 1 cốc bánh quy bơ có hương vị Nestle Toll House và ¼ cốc bơ. Khuấy cho đến khi các miếng thịt tan chảy và hỗn hợp trở nên mịn. Lấy chảo ra khỏi lửa.

d) Xếp dứa thái lát và anh đào maraschino vào chảo trên hỗn hợp bánh nướng bơ tan chảy.

e) Trong một tô lớn, trộn đường, ½ cốc bơ mềm còn lại và trứng. Đánh hỗn hợp cho đến khi nó trở thành kem.

f) Dần dần đánh xen kẽ hỗn hợp bột với ¾ cốc nước ép dứa dành riêng.

g) Khuấy 1 cốc bánh quy bơ có vị bơ của Nestle Toll House còn lại.

h) Đổ bột lên dứa và quả anh đào đã sắp xếp trong chảo.

i) Nướng bánh trong lò làm nóng trước trong 35-40 phút hoặc cho đến khi cắm tăm vào giữa và thấy tăm sạch.

j) Ngay lập tức úp chảo lên đĩa phục vụ để phần phủ dứa và bánh nướng bơ giờ đã ở trên mặt bánh.

k) Hãy thưởng thức món Bánh úp ngược dứa Butterscotch khi còn ấm và tận hưởng sự hòa quyện thú vị của các hương vị trong món tráng miệng hảo hạng này!

37. Bánh Hồng úp ngược

THÀNH PHẦN:
- ½ cốc bơ
- 2 chén đường nâu nhạt
- 1 quả trứng
- 2 chén bột mì đa dụng
- Chút muối
- 2 thìa cà phê bột nở
- 1 chén bột hồng
- ½ chén hạt cắt nhỏ
- 1 ly nước

HƯỚNG DẪN:
a) Làm nóng lò nướng của bạn ở nhiệt độ 350 độ F (175 độ C).
b) Trong một tô trộn lớn, đánh bơ và một cốc đường nâu nhạt cho đến khi mịn và nhạt.
c) Đánh trứng cho đến khi kết hợp tốt.
d) Trong một bát riêng, rây bột mì đa dụng, muối và bột nở.
e) Thêm các nguyên liệu khô vào hỗn hợp kem xen kẽ với cùi quả hồng. Trộn cho đến khi vừa kết hợp.
f) Khuấy các loại hạt cắt nhỏ. Bột sẽ rất sánh đặc.
g) Trong một cái chảo nhỏ, đun nóng một cốc đường nâu nhạt còn lại với nước cho đến khi sôi. Đun sôi trong một phút.
h) Đổ hỗn hợp đường đã đun sôi vào khuôn bánh mì 9x5 inch đã phết dầu mỡ.
i) Cẩn thận đổ bột bánh lên trên hỗn hợp đường trong khuôn bánh mì.
j) Nướng bánh trong lò làm nóng trước khoảng 40 phút hoặc cho đến khi cắm tăm vào giữa và thấy tăm sạch.
k) Sau khi nướng bánh xong, lấy bánh ra khỏi lò và để nguội trong chảo vài phút.
l) Úp bánh lên đĩa hoặc đĩa phục vụ sao cho đường caramen và quả hồng ở trên.
m) Phục vụ Bánh Hồng lộn ngược khi còn ấm và thưởng thức hương vị đậm đà của quả hồng và đường caramen.

38. Bánh Mâm Xôi Ngược

THÀNH PHẦN:
- ½ Que bơ thực vật hoặc bơ
- ¼ cốc đường
- 1½ cốc quả mâm xôi
- 2 muỗng canh hạnh nhân cắt lát
- 1½ cốc hỗn hợp nướng nguyên bản Bisquick
- ½ cốc đường
- ½ cốc sữa hoặc nước
- 2 thìa dầu thực vật
- ½ muỗng cà phê Vani
- ½ muỗng cà phê chiết xuất hạnh nhân
- 1 quả trứng
- Kem tươi hoặc kem tươi (tùy chọn)

HƯỚNG DẪN:

a) Làm nóng lò nướng của bạn ở nhiệt độ 350 độ F (175 độ C). Đun nóng bơ thực vật trong chảo tròn, 9x1-½ inch hoặc chảo vuông, 8x8x2 inch, trong lò cho đến khi tan chảy. Rắc đều ¼ cốc đường lên bơ thực vật đã tan chảy. Xếp quả mâm xôi với đầu hở lên trên hỗn hợp đường, sau đó rắc hạnh nhân cắt lát lên trên.

b) Trong một tô vừa, đánh các nguyên liệu còn lại (trừ kem đánh bông) ở tốc độ thấp trong 30 giây, cạo liên tục vào tô. Sau đó, đánh ở tốc độ trung bình trong 4 phút, thỉnh thoảng cạo vào bát. Đổ bột lên quả mâm xôi vào chảo.

c) Nướng bánh trong lò làm nóng trước từ 35 đến 40 phút hoặc cho đến khi cắm tăm vào giữa mà tăm khô.

d) Úp ngay chảo lên đĩa phục vụ chịu nhiệt; để chảo trên bánh trong vài phút. Lấy chảo ra. Để bánh đứng ít nhất 10 phút trước khi ăn.

e) Phục vụ Bánh mâm xôi lộn ngược khi còn ấm, và nếu muốn, phủ lên trên một lớp kem ngọt hoặc kem đánh bông.

f) Lưu ý: Nếu muốn làm Bánh lê lộn ngược, bạn có thể làm theo các bước tương tự nhưng thực hiện các nguyên liệu thay thế được đề cập trong công thức, sử dụng đường nâu, lê cắt lát, hồ đào cắt nhỏ và thêm bột chùy hoặc quế. Chúc bạn ngon miệng với chiếc bánh!

TTIN TRÁI CITRUS

39.Tarte Tatin cam và caramel

THÀNH PHẦN:
- 4 quả cam lớn, gọt vỏ và cắt múi
- 75 gram bơ không muối (2½ ounce)
- 100 gam đường cát (3½ ounce)
- 1 thìa cà phê vỏ cam
- Tấm bánh phồng

HƯỚNG DẪN:
a) Làm nóng lò ở nhiệt độ 200°C/400°F/mốc gas 6.
b) Làm tan chảy bơ trong chảo an toàn với lò nướng. Rắc đều đường. Thêm các đoạn màu cam và vỏ cam.
c) Phủ một lớp bánh phồng. Nhét vào các cạnh.
d) Nướng trong 20-25 phút hoặc cho đến khi bánh có màu vàng nâu.
e) Đảo ngược lên đĩa phục vụ, đảm bảo cam caramen ở trên. Phục vụ ấm áp.

40.Đại hoàng Cam Tarte Tatin

THÀNH PHẦN:
- 1 tờ bánh phồng bơ đông lạnh đã rã đông
- 1 muỗng cà phê vỏ cam hoặc vỏ của ½ quả cam
- ⅔ cốc đường cát + 1 thìa canh
- 2 muỗng canh bột bắp
- 2 muỗng canh bơ tan chảy
- 3 chén đại hoàng tươi xắt nhỏ

HƯỚNG DẪN:
a) Để chuẩn bị, hãy làm nóng lò nướng ở nhiệt độ 400F và bôi bơ lên đĩa bánh kim loại 9 inch.
b) Cho đại hoàng, bơ, bột ngô và đường (trừ 1 thìa canh) vào tô và trộn đều.
c) Trong một chiếc bát nhỏ hơn, chà vỏ cam cùng với 1 thìa đường dành riêng cho đến khi hòa quyện và không bị vón cục.
d) Thêm vào hỗn hợp đại hoàng và trộn cho đến khi kết hợp.
e) Đổ toàn bộ hỗn hợp vào đáy đĩa bánh và trải đều, sắp xếp thành hình nếu muốn. Phủ lớp bánh phồng lên trên, nhớ nhét các mép bánh ngọt vào dưới trái cây ở mép chảo.
f) Chích rộng phần trên và cắt một hình chữ thập nhỏ vào giữa chảo để thoát hơi.
g) Nướng trong lò từ 25 đến 30 phút hoặc cho đến khi bánh vàng, phồng lên và chín đều và trái cây bên dưới sủi bọt.
h) Để nguội trong chảo khoảng 10 phút trước khi dùng dao tách mép bánh, sau đó lật nhanh bánh lên đĩa phục vụ.
i) Sắp xếp bất kỳ loại trái cây bướng bỉnh nào và dùng ngay với kem.

41. Tarte Tatin cam và bạch đậu khấu

THÀNH PHẦN:
- 2 đến 3 quả cam
- ½ chén đường cát
- 5 muỗng canh bơ, thái hạt lựu và ướp lạnh
- Hạt từ 2 muỗng cà phê vỏ bạch đậu khấu, nghiền nhẹ hoặc nghiền thô
- ½ (17,3 ounce) gói bánh phồng đông lạnh, đã rã đông
- Bột, để phủ bụi
- 1 cốc kem đánh bông đặc, tùy chọn
- ¼ thìa cà phê bột vani hoặc chiết xuất vani, tùy chọn
- Mật ong, tùy chọn, tùy theo khẩu vị

HƯỚNG DẪN:
a) Làm nóng lò ở nhiệt độ 350 độ.
b) Cắt bỏ phần đầu của mỗi quả cam rồi cắt từng quả cam thành những lát thật mỏng. Loại bỏ và loại bỏ hạt nếu cần thiết. Để qua một bên.
c) Trong một chiếc chảo an toàn với lò nướng 9 hoặc 10 inch, kết hợp 2 thìa nước và đường, khuấy đều để làm ẩm hết đường.
d) Đặt chảo lên lửa vừa và nấu, không khuấy đều cho đến khi đường tan và chuyển sang màu vàng. Nếu chảo/bếp của bạn nóng không đều, hãy xoay nhẹ chảo nhưng tránh khuấy hỗn hợp đường quá nhiều nếu không sẽ hình thành tinh thể. Nếu tinh thể hình thành, hãy thêm một hoặc hai thìa nước và tiếp tục nấu, điều chỉnh nhiệt nếu cần, cho đến khi hỗn hợp có màu nâu vàng.
e) Lấy chảo ra khỏi bếp và khuấy nhẹ bơ và bạch đậu khấu. Xếp các lát cam lên trên caramen.
f) Mở bánh phồng lên trên một bề mặt có phủ bột nhẹ và cuộn dày đến ⅛ inch.
g) Gắn tất cả lại bằng những chiếc nĩa và sau đó cắt bánh ngọt thành một hình tròn lớn hơn chảo của bạn một chút. Phủ bánh ngọt lên những quả cam, nhét các mép vào.
h) Nướng trong 30 phút hoặc cho đến khi bánh có màu vàng nâu. Để nguội trong chảo khoảng 10 đến 15 phút rồi cẩn thận đảo ngược lên đĩa phục vụ.

i) Nếu muốn, hãy dùng kèm với một ít kem đánh bông có vị ngọt bằng mật ong.

KEM CÓ NGỌT MẬT ONG:

j) Trong tô vừa, đánh kem bằng máy trộn điện cho đến khi khá đặc nhưng không tạo thành chóp.

k) Đánh một hoặc hại nhúm bạch đậu khấu xay, bột vani hoặc chiết xuất và khoảng 1 thìa mật ong, đánh đến chóp vừa.

42. Tarte chanh thông miso tatin

THÀNH PHẦN:
- ⅓ cốc bơ muối lạnh, cắt hạt lựu
- ¾ cốc đường nâu mềm đóng gói chắc chắn
- 2 thìa nước cốt chanh, cộng thêm 1 thìa vỏ bào nhuyễn
- 1 muỗng canh miso trắng
- 1kg dứa, cắt thành từng khoanh dày 5mm, gọt vỏ và bỏ lõi
- ½ chén mắc ca nướng, thái nhỏ
- 2 miếng bánh phồng đông lạnh làm sẵn
- ½ cốc sữa chua dừa

HƯỚNG DẪN:

a) Trong chảo chống dính lớn (25cm) chống dính, đun trên lửa vừa, làm tan chảy bơ, đường, nước cốt chanh và miso rồi đun nhỏ lửa. Thêm dứa vào từng mẻ và đun nhỏ lửa, đảo một lần cho đến khi mềm (tổng cộng 2-3 phút). Đặt các lát sang một bên trên khay có lót giấy nướng và để nguội. Đổ xi-rô vào bình và dự trữ.

b) Làm nóng lò ở nhiệt độ 220C/200°C bằng quạt. Đặt một nửa số hạt mắc ca vào cùng một chảo rán chịu nhiệt, sau đó xếp các vòng dứa lên trên, chồng lên nhau. Đổ một nửa xi-rô dành riêng lên trên, sau đó phủ trái cây bằng cả hai tấm bánh phồng, nhét vào hai bên. Nướng cho đến khi phồng lên và vàng, khoảng 25 phút.

c) Dùng găng tay lò nướng hoặc vài chiếc khăn lau tiện dụng để lật chảo rán nóng lên đĩa phục vụ (điều này có thể được thực hiện một cách khéo léo bằng cách xếp chảo và đĩa lên, cầm và lật). Hãy cẩn thận: bạn đang chơi với kẹo bơ cứng nóng.

d) Phủ hạt macadamia còn lại và vỏ chanh lên trên. Ăn ấm với xi-rô còn lại và sữa chua dừa.

43.Cam đỏ và bạch đậu khấu Tarte Tatin

THÀNH PHẦN:
- 4 quả cam máu, gọt vỏ và cắt múi
- 75 gram bơ không muối (2½ ounce)
- 100 gam đường cát (3½ ounce)
- 6 quả bạch đậu khấu, nghiền nát
- Tấm bánh phồng

HƯỚNG DẪN:
a) Làm nóng lò ở nhiệt độ 200°C/400°F/mốc gas 6.
b) Làm tan chảy bơ trong chảo an toàn với lò nướng. Rắc đều đường. Thêm các múi cam máu và vỏ bạch đậu khấu nghiền nát.
c) Phủ một lớp bánh phồng. Nhét vào các cạnh.
d) Nướng trong 20-25 phút hoặc cho đến khi bánh có màu vàng nâu.
e) úp ngược ra đĩa phục vụ, đảm bảo có cam huyết caramen và bạch đậu khấu ở trên cùng. Phục vụ ấm áp.

44. Clementine và hạnh nhân Tarte Tatin

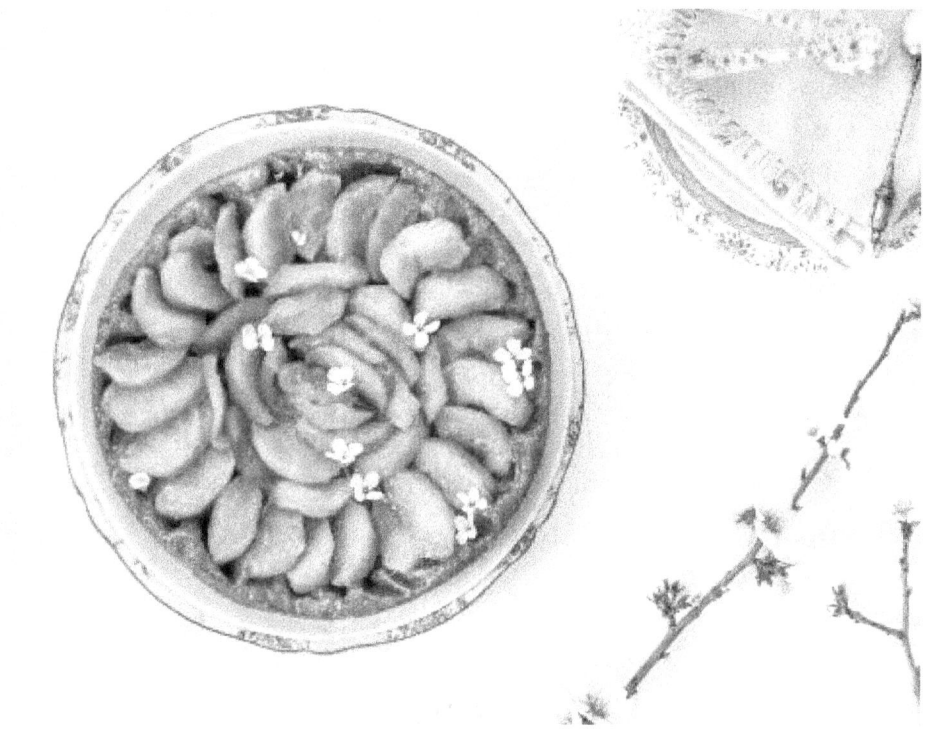

THÀNH PHẦN:
- 6 quả quýt, gọt vỏ và cắt khúc
- 75 gram bơ không muối (2½ ounce)
- 100 gam đường cát (3½ ounce)
- ½ chén hạnh nhân cắt lát
- Tấm bánh phồng

HƯỚNG DẪN:
a) Làm nóng lò ở nhiệt độ 200°C/400°F/mốc gas 6.
b) Làm tan chảy bơ trong chảo an toàn với lò nướng. Rắc đều đường. Thêm các đoạn clementine và rắc hạnh nhân cắt lát.
c) Phủ một lớp bánh phồng. Nhét vào các cạnh.
d) Nướng trong 20-25 phút hoặc cho đến khi bánh có màu vàng nâu.
e) Lật úp ra đĩa phục vụ, đảm bảo có các loại quả quýt và hạnh nhân caramen ở trên. Phục vụ ấm áp.

45. Bánh Bưởi & Tarragon úp ngược

THÀNH PHẦN:
- 1 quả bưởi, gọt vỏ, bỏ hạt và cắt thành từng khoanh tròn
- ⅓ cốc đường demerara
- ½ chén bơ không muối, đun chảy, cộng thêm để bôi trơn chảo
- 1 cốc đường nâu nhạt
- 2 quả trứng lớn
- 1 muỗng cà phê chiết xuất vani hoặc bột đậu vani
- 1 chén bột làm bánh
- ¾ chén bột ngô vàng
- 2 thìa cà phê bột nở
- 1 thìa cà phê muối kosher
- ½ bó ngải giấm, bỏ cuống và thái nhỏ

HƯỚNG DẪN:

a) Làm nóng lò ở nhiệt độ 350°F. Bôi nhẹ một chảo bánh 8 inch, sau đó lót giấy da vào đáy. Rắc đều đường demerara lên giấy da.

b) Xếp các lát bưởi thành một lớp đều nhau lên trên, tránh chồng lên nhau.

c) Sử dụng máy trộn đứng có gắn cánh khuấy, trộn bơ tan chảy và đường nâu nhạt cho đến khi hòa quyện hoàn toàn và hơi xốp.

d) Thêm trứng, vỏ bưởi và vani vào rồi đánh ở tốc độ trung bình cho đến khi hòa quyện. Rây bột bánh, bột ngô vàng, bột nở và muối kosher vào hỗn hợp.

e) Trộn ở tốc độ trung bình thấp cho đến khi các thành phần khô được kết hợp hoàn toàn. Gấp tarragon thái nhỏ vào.

f) Đổ bột bánh lên các lát bưởi đã ghép trong chảo.

g) Nướng bánh trong 30 đến 40 phút, xoay chảo giữa chừng trong quá trình nướng. Để kiểm tra độ chín của bánh, bạn dùng tăm đâm vào giữa bánh; nó sẽ sạch khi bánh đã sẵn sàng. Sau khi hoàn tất, lấy bánh ra khỏi lò và chuyển bánh sang giá làm mát. Hãy để nó nghỉ ngơi trong ít nhất 15 phút.

h) Nhẹ nhàng úp bánh lên giá phục vụ sau thời gian nghỉ. Để bánh nguội hoàn toàn trước khi dùng. Ngoài ra, bạn có thể bọc chặt hoặc đặt bánh vào hộp kín và bảo quản trong tủ lạnh tối đa 4 ngày.

i) Thưởng thức hương vị thú vị của Bánh Bưởi & Tarragon lộn ngược này, một món ăn hoàn hảo cho bất kỳ dịp nào hoặc thèm món tráng miệng. Thưởng thức sự cân bằng của hương bưởi thơm và hương thảo mộc tinh tế của ngải giấm, tất cả đều được trình bày đẹp mắt trong chiếc bánh úp ngược này.

46. Bánh Quất úp ngược

THÀNH PHẦN:
- 1½ pound quất, giảm một nửa
- 1 que (4 oz | 113g) bơ không muối
- ¾ chén đường nâu nhạt
- 3 thìa mật ong
- ½ muỗng cà phê vani
- ½ muỗng cà phê muối
- 1⅓ chén bột mì đa dụng
- 1½ muỗng cà phê bột nở
- ¾ thìa cà phê muối
- 1 cốc (8 oz | 226g) bơ không muối, làm mềm
- 1⅓ cốc đường
- 5 quả trứng, nhiệt độ phòng
- 1 thìa cà phê vani

HƯỚNG DẪN:

a)   Làm nóng lò ở nhiệt độ 325°F (163°C).

b)   Trong một chảo gang lớn, làm tan chảy bơ trên lửa vừa, cẩn thận để không bị cháy.

c)   Thêm đường nâu nhạt và khuấy cho đến khi trộn đều.

d)   Tắt bếp và thêm vani, mật ong và muối vào, khuấy đều.

e)   Xếp một nửa số quất thành một lớp trên hỗn hợp caramel trong chảo. Cho càng nhiều quất càng tốt, nhưng tránh để quá nhiều để tránh bị tràn trong quá trình nướng.

f)   Trong một tô lớn, đánh bơ mềm và đường với nhau cho đến khi mịn. Thêm từng quả trứng vào, đánh ở tốc độ cao sau mỗi lần thêm. Khuấy vani.

g)   Trong một bát riêng, rây bột mì đa dụng, bột nở và muối. Dần dần thêm nguyên liệu khô vào nguyên liệu ướt, trộn ở tốc độ thấp cho đến khi kết hợp tốt.

h)   Cẩn thận múc hoặc đổ bột bánh lên trên quất trong chảo, đảm bảo trái cây không bị xáo trộn. Dàn đều bột lên quả quất.

i)   Đặt bánh vào lò nướng đã làm nóng trước trên giá giữa. Nướng khoảng 1 giờ, kiểm tra độ chín sau 45 phút. Dùng tăm để kiểm tra độ chín ở giữa bánh. Sau khi nướng xong, dùng dao phết bơ dọc theo các cạnh của chảo để làm lỏng bánh.

j) Để bánh nguội trong chảo khoảng 30 phút. Đặt một đĩa lớn hoặc đĩa phục vụ úp xuống chảo gang và cẩn thận lật ngược chiếc bánh lên đĩa, để lộ phần trên cùng là quất caramen.

k) Phục vụ và thưởng thức món Bánh Kumquat lộn ngược thơm ngon, một biến thể thú vị của món tráng miệng cổ điển sẽ gây ấn tượng với thực khách và khiến họ thèm ăn hơn. Thưởng thức!

47. Bánh lộn ngược Meyer Lemon

THÀNH PHẦN:
- ¼ cốc (57 gram) bơ không muối
- ¾ cốc (165 gram) đường nâu nhạt đóng gói
- 3 quả chanh Meyer, thái lát dày ¼ inch
- 1 ½ cốc (195 gram) bột mì đa dụng
- 1 ½ thìa cà phê bột nở
- ¼ muỗng cà phê baking soda
- ½ thìa cà phê muối kosher
- ¼ thìa cà phê hạt nhục đậu khấu tươi
- ½ muỗng cà phê gừng xay
- ¼ thìa cà phê bạch đậu khấu xay
- 1 cốc (200 gam) đường cát
- 2 thìa cà phê vỏ chanh
- ½ cốc (114 gram) bơ không muối, nhiệt độ phòng
- 2 muỗng cà phê chiết xuất vani
- 2 quả trứng lớn, nhiệt độ phòng
- ¾ cốc bơ sữa

HƯỚNG DẪN:

a) Làm nóng lò ở nhiệt độ 350 độ F (175 độ C). Đặt khuôn bánh tròn 9 inch vào lò nướng với ¼ cốc bơ cắt thành từng miếng. Đun chảy bơ trong chảo cho đến khi vừa tan chảy. Dùng chổi quét bơ tan chảy lên các thành chảo. Rắc đều đường nâu nhạt đóng gói lên bơ tan chảy.

b) Xếp các lát chanh Meyer lên trên lớp đường nâu, chồng lên nhau nếu cần.

c) Trong một bát vừa, trộn đều bột mì đa dụng, bột nở, baking soda, muối kosher, nhục đậu khấu xay tươi, gừng xay và thảo quả xay cho đến khi kết hợp tốt.

d) Cho đường cát vào tô của máy trộn đứng. Thêm vỏ chanh lên trên đường và dùng ngón tay chà xát vỏ chanh vào đường. Thêm bơ không muối ở nhiệt độ phòng và chiết xuất vani vào đường. Đánh hỗn hợp ở tốc độ trung bình cho đến khi nhẹ và mịn, khoảng 3 đến 4 phút.

e) Thêm từng quả trứng vào, đánh đều sau mỗi lần thêm.

f) Thêm một nửa hỗn hợp bột vào hỗn hợp bơ và đường. Trộn ở tốc độ thấp cho đến khi kết hợp tốt. Có thể có một ít bột mì ở thành bát, điều này không sao cả.

g) Đổ buttermilk vào và trộn ở tốc độ trung bình cho đến khi hòa quyện.

h) Thêm hỗn hợp bột còn lại và trộn ở tốc độ thấp cho đến khi vừa kết hợp. Dùng thìa cạo các thành và đáy tô và trộn thêm 10 giây nữa để đảm bảo tất cả các nguyên liệu được trộn đều.

i) Nhẹ nhàng đổ bột lên các lát chanh trong chảo bánh và dùng thìa bù lại làm mịn phần trên.

j) Nướng bánh trong lò làm nóng trước khoảng 45 phút hoặc cho đến khi que thử bánh sạch khi đưa vào giữa bánh.

k) Để bánh nguội trong chảo trong 10 phút. Chạy dao quanh các cạnh để nhả bánh, sau đó úp bánh ra đĩa. Những lát chanh Meyer được tráng caramen đẹp mắt sẽ được đặt lên trên mặt bánh.

l) Hãy thưởng thức chiếc bánh lộn ngược chanh Meyer thú vị này với những viên ngọc quý lấp lánh trên mặt!

48. Bánh phô mai lộn ngược màu cam

THÀNH PHẦN:
- 1 phong bì gelatin không có hương vị
- 1 ½ cốc nước cam không đường
- ¼ cốc đường
- 2 cốc phần cam
- 1 phong bì gelatin không có hương vị
- ½ cốc nước cam không đường
- Phô mai kem 24 ounce, làm mềm
- 1 cốc đường
- 2 thìa cà phê vỏ cam bào
- 1 cốc kem tươi
- 1 cốc vụn bánh xốp vani
- ½ muỗng cà phê quế
- 3 muỗng canh bơ thực vật tan chảy

HƯỚNG DẪN:

a) Làm mềm lớp gelatin đầu tiên trong 1 ½ cốc nước cam không đường. Thêm ¼ chén đường và khuấy trên lửa nhỏ cho đến khi hòa tan. Làm lạnh hỗn hợp cho đến khi nó hơi đặc lại nhưng không đông lại.

b) Sắp xếp các phần màu cam ở dưới cùng của chảo dạng lò xo 9 inch. Đổ hỗn hợp gelatin lên cam và để lạnh cho đến khi đặc lại nhưng không đông lại.

c) Làm mềm lớp gelatin thứ hai trong ½ cốc nước cam không đường. Khuấy trên lửa nhỏ cho đến khi hòa tan.

d) Trong một bát trộn riêng, trộn kem phô mai, 1 cốc đường và vỏ cam bào. Trộn ở tốc độ trung bình bằng máy trộn điện cho đến khi trộn đều.

e) Từ từ thêm hỗn hợp gelatin đã hòa tan vào hỗn hợp kem phô mai, trộn đều cho đến khi hòa quyện. Làm lạnh hỗn hợp cho đến khi nó hơi đặc lại.

f) Trộn kem đã đánh bông vào hỗn hợp kem phô mai.

g) Đổ hỗn hợp phô mai kem lên cam trong chảo dạng lò xo. Làm lạnh bánh pho mát.

h) Kết hợp vụn bánh xốp vani, quế và bơ thực vật tan chảy. Nhẹ nhàng ấn hỗn hợp này lên trên mặt bánh phô mai.

i) Làm lạnh bánh pho mát cho đến khi đông lại.

j) Nới lỏng bánh phô mai khỏi mép chảo, sau đó úp nó lên đĩa phục vụ. Tháo vành chảo trước khi dùng.

k) Thưởng thức món bánh phô mai lộn ngược màu cam thơm ngon của bạn! Đó là một món tráng miệng hoàn hảo kết hợp hương vị kem và cam quýt để tạo nên một món ăn thú vị.

49.Bánh Pudding chanh lộn ngược

THÀNH PHẦN:
- ¼ cốc hạnh nhân cắt lát
- 4 quả trứng; Tách lòng đỏ
- 1 cốc Đường; Đã chia ra
- 3 thìa bơ; Làm mềm
- 3 thìa bột mì
- ⅛ thìa cà phê muối
- ⅓ cốc nước chanh tươi vắt
- 1 cốc sữa ít béo
- Vỏ bào của ½ quả chanh

HƯỚNG DẪN:

a) Làm nóng lò ở nhiệt độ 325 độ F (160 độ C). Phủ bên trong đĩa thịt hầm thủy tinh 1,5 lít bằng bình xịt nấu ăn có hương vị bơ. Rắc hạnh nhân cắt lát lên đáy nồi.

b) Trong tô vừa có máy trộn điện, đánh lòng trắng trứng ở tốc độ cao cho đến khi tạo thành chóp mềm. Dần dần thêm ¼ cốc đường, đánh cho đến khi tạo thành chóp cứng; để qua một bên.

c) Dùng cùng một máy đánh trứng, đánh bơ và ¾ cốc đường còn lại trong một tô lớn. Trong một tô nhỏ, đánh đều lòng đỏ trứng rồi cho vào hỗn hợp bơ, đánh kỹ.

d) Thêm bột mì, muối và nước cốt chanh vào hỗn hợp bơ và đánh đều. Khuấy sữa và vỏ chanh bào cho đến khi hòa quyện.

e) Khuấy ⅓ hỗn hợp lòng trắng trứng đã đánh bông vào bột, sau đó nhẹ nhàng trộn lòng trắng còn lại vào.

f) Đổ bột vào đĩa thịt hầm đã chuẩn bị sẵn trên quả hạnh nhân.

g) Đặt đĩa thịt hầm vào chảo nướng nông chứa đầy 1 inch nước nóng.

h) Nướng bánh không đậy nắp trong lò làm nóng trước từ 50 đến 55 phút hoặc cho đến khi mặt trên có màu nâu vàng và đàn hồi trở lại khi chạm nhẹ bằng ngón tay.

i) Cẩn thận lấy đĩa thịt hầm ra khỏi nước và để yên trong 20 đến 30 phút.

j) Phục vụ bánh pudding chanh lộn ngược ướp lạnh. Trang trí mỗi khẩu phần bằng lát chanh và lá bạc hà tươi nếu muốn. Thưởng thức!

50. Bánh Cocktail Trái Cây Úp Ngược

THÀNH PHẦN:
- ½ cốc bơ thực vật
- 1 cốc đường nâu
- Cocktail trái cây 28 ounce, để ráo nước
- 1 gói bánh chanh trộn
- Kem tươi để phục vụ

HƯỚNG DẪN:
a) Làm nóng lò nướng của bạn ở nhiệt độ 350°F (175°C).
b) Trong chảo nướng 13 x 9 inch, làm tan chảy bơ thực vật trong lò.
c) Rắc đều đường nâu lên bơ thực vật đã tan chảy.
d) Trải cocktail trái cây đã ráo nước lên trên lớp đường nâu.
e) Chuẩn bị hỗn hợp bánh chanh theo hướng dẫn trên bao bì.
f) Cẩn thận phết bột bánh lên lớp cocktail trái cây trong chảo.
g) Nướng bánh trong lò làm nóng trước khoảng 45 đến 50 phút hoặc cho đến khi cắm tăm vào giữa bánh và rút ra tăm sạch.
h) Để bánh đứng trong chảo khoảng 5 phút để phần trên hơi đông lại.
i) Úp bánh lên đĩa lớn hoặc khay bánh quy để lớp phủ trái cây ở trên.
j) Phục vụ bánh ấm hoặc ở nhiệt độ phòng, phủ kem tươi lên trên.

51.Bánh cam quýt mùa đông lộn ngược

THÀNH PHẦN:
- 2 quả cam máu
- 2 quả cam rốn
- 1 quả quýt, bưởi nhỏ hoặc loại cam quýt khác tùy thích
- ½ chén đường cát
- ¼ cốc nước
- ½ cốc bơ, nhiệt độ phòng
- ⅓ cốc đường trắng
- ⅓ cốc đường nâu
- 2 quả trứng lớn, nhiệt độ phòng
- 3 muỗng canh nước cam mới vắt
- 1 muỗng canh vỏ cam
- 1 muỗng canh chiết xuất vani
- 1 ½ cốc cộng với 1 thìa bột mì đa dụng
- 1 thìa cà phê bột nở
- ¼ muỗng cà phê baking soda
- ½ muỗng cà phê muối
- ⅔ cốc sữa chua nguyên chất không béo hoặc ít béo

HƯỚNG DẪN:

a) Làm nóng lò ở nhiệt độ 350°F (175°C). Lót giấy da vào chảo bánh 9 inch sao cho phủ kín đáy và đi lên các cạnh của chảo.

b) Gấp tờ giấy nến lại sao cho ôm sát hai bên chảo như một chiếc mũ lộn ngược. Xịt bằng bình xịt chống dính.

c) Cắt cam huyết, cam rốn và quýt (hoặc các loại cam quýt khác) thành lát dày ½ inch, để nguyên vỏ. Cẩn thận loại bỏ vỏ khỏi các lát cam quýt bằng dao gọt, cắt bỏ vòng ngoài. Phương pháp này sẽ giúp giữ cho các lát cam quýt còn nguyên vẹn và tránh bị vỡ khi cắt.

d) Cho đường cát và nước vào lò vi sóng cho đến khi đường tan hoàn toàn, khoảng 45 giây.

e) Đổ một nửa lượng nước đường vào đáy khuôn bánh đã chuẩn bị sẵn, sau đó xếp các loại trái cây họ cam quýt đã chuẩn bị xuống đáy.

f) Sau khi sắp xếp xong, đổ phần nước đường còn lại lên cam quýt. Để qua một bên.

g) Trong một tô lớn, đánh bơ, đường trắng và đường nâu với nhau cho đến khi mịn và bông xốp. Thêm trứng, nước cam, vỏ cam và chiết xuất vani vào.

h) Trong một bát riêng, trộn bột mì đa dụng, bột nở, baking soda và muối. Đánh đều để kết hợp. Từ từ trộn hỗn hợp bột mì và sữa chua vào nguyên liệu ướt cho đến khi mọi thứ hòa quyện vào nhau. Hỗn hợp sẽ đặc.

i) Đổ bột lên các lát cam quýt đã chuẩn bị sẵn trong chảo bánh, dàn đều ra các cạnh.

j) Nướng trong 35 phút, sau đó để bánh nguội hoàn toàn trước khi úp bánh vào khay phục vụ.

k) Hãy thưởng thức món Bánh cam quýt mùa đông lộn ngược thơm ngon này với sự kết hợp thú vị giữa hương vị cam quýt!

52. Bánh úp ngược Whisky-Yuzu Savarin

THÀNH PHẦN:
ĐỐI VỚI BÁNH SAVARIN:
- 2 chén bột mì đa dụng
- ¼ cốc đường cát
- 2 ¼ thìa cà phê men khô hoạt động
- ½ muỗng cà phê muối
- ½ cốc sữa nguyên chất, ấm
- 3 quả trứng lớn, ở nhiệt độ phòng
- ¼ cốc bơ không muối, làm mềm
- ¼ cốc rượu whisky
- Vỏ của 1 quả chanh
- ¼ cốc nước ép yuzu

ĐỐI VỚI MÓN TRÊN ÚP TRÁI ƯỚP TRÁI:
- 2-3 quả chanh, thái lát mỏng
- ½ chén đường cát

ĐỐI VỚI SI-RÔI WHISKEY:
- ½ cốc nước
- ½ chén đường cát
- ¼ cốc rượu whisky

HƯỚNG DẪN:
ĐỐI VỚI MÓN TRÊN ÚP TRÁI ƯỚP TRÁI:
a) Làm nóng lò nướng của bạn ở nhiệt độ 350°F (175°C).
b) Trong chảo bánh tròn 9 inch, trải đều đường cát để phủ kín đáy.
c) Xếp các lát chanh lên trên lớp đường, hơi chồng lên nhau.
d) Đặt chảo vào lò nướng đã làm nóng trước và nướng trong khoảng 15-20 phút hoặc cho đến khi đường chuyển thành caramen và các lát chanh cháy xém. Lấy ra khỏi lò và để một bên.

ĐỐI VỚI SI-RÔI WHISKEY:
e) Trong một cái chảo, kết hợp nước và đường cát. Đun sôi, khuấy đều cho đến khi đường tan.
f) Tắt bếp và khuấy đều rượu whisky. Đặt xi-rô sang một bên để nguội.

ĐỐI VỚI BÁNH SAVARIN:
g) Trong một tô trộn lớn, trộn đều bột mì, đường cát, men và muối.
h) Trong một bát riêng, đánh đều sữa ấm và trứng.

i) Từ từ đổ hỗn hợp sữa vào nguyên liệu khô, khuấy đều cho đến khi hòa quyện.

j) Thêm bơ đã làm mềm, rượu whisky, vỏ chanh và nước ép yuzu. Khuấy cho đến khi bột mịn và trộn đều.

k) Đậy bát bằng màng bọc thực phẩm và để bột nở ở nơi ấm áp trong khoảng 1 giờ hoặc cho đến khi bột nở gấp đôi.

l) Lắp ráp và nướng bánh:

m) Làm nóng lò nướng của bạn ở nhiệt độ 350°F (175°C).

n) Nhẹ nhàng đổ xi-rô whisky lên trên mặt chanh cháy úp ngược trên chảo bánh.

o) Cẩn thận đổ bột bánh savarin đã nổi lên trên lớp phủ chanh.

p) Nướng trong lò làm nóng trước khoảng 25-30 phút hoặc cho đến khi bánh có màu vàng nâu và dùng tăm cắm vào giữa thấy tăm sạch sẽ.

CHẠM HOÀN THÀNH:

q) Lấy bánh ra khỏi lò và để nguội trong chảo khoảng 10 phút.

r) Úp bánh lên đĩa phục vụ, để lớp phủ chanh cháy bây giờ ở trên cùng.

s) Phục vụ Whisky-Yuzu Savarin với Bánh úp ngược chanh cháy ở nhiệt độ phòng hoặc ở nhiệt độ phòng, và tận hưởng sự kết hợp thú vị của các hương vị!

Tatin TRÁI CÂY ĐÁ

53. Tatin đào và hồ đào

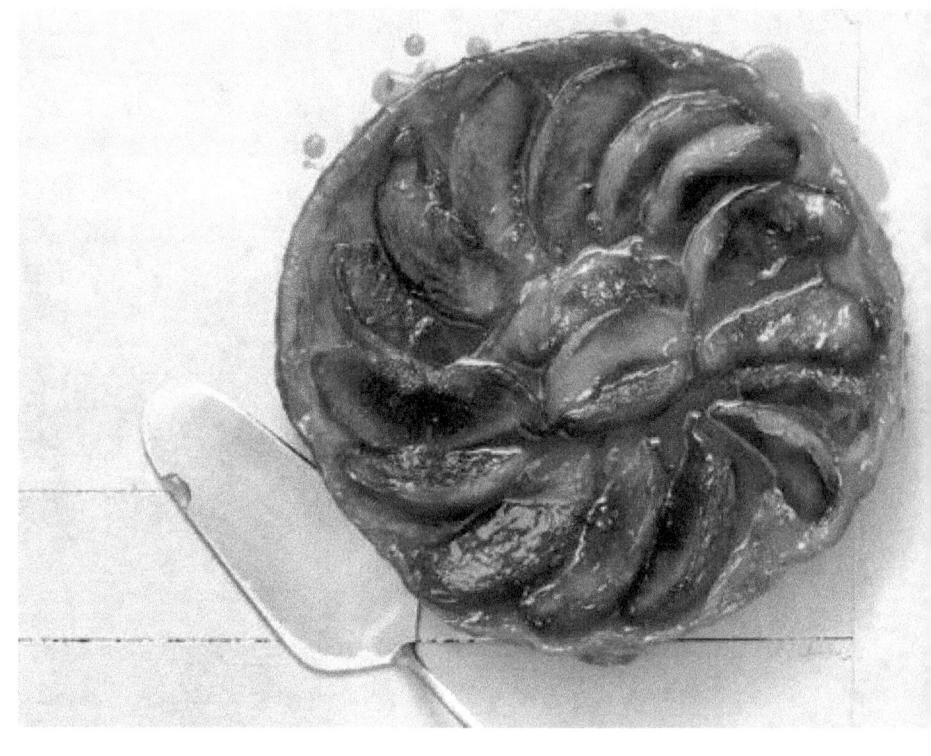

THÀNH PHẦN:
- 450 gram bánh phồng
- 2 thìa bơ không muối
- 125 gram đường bột
- Khoảng 6-7 quả đào, giảm một nửa
- 125 gram hạt hồ đào
- 100 ml xi-rô cây phong
- 1 quả trứng rửa sạch (lòng đỏ, không phải lòng trắng)
- Đường bột và lá bạc hà để trang trí
- Bột để quét bụi

HƯỚNG DẪN:
a) Làm nóng lò ở nhiệt độ 220°C (400°F) hoặc Gas Mark 6.
b) Trong chảo có đáy dày, làm tan chảy bơ và đường, để đường chuyển sang màu caramen cho đến khi chuyển sang màu nâu vàng.
c) Cẩn thận cắt đôi quả đào và loại bỏ đá.
d) Nhẹ nhàng thêm một nửa quả đào vào đường caramen, cẩn thận để không bị cháy. Đặt đào sao cho mặt cắt hướng lên trên. Tiếp tục sắp xếp những quả đào vào chảo, lấp đầy những khoảng trống cho đến khi chúng ngang bằng với chiều cao của chảo.
e) Kết hợp hạt hồ đào nghiền nát và xi-rô cây phong.
f) Cán bánh phồng thành hai đĩa, mỗi đĩa có đường kính 10-11 inch.
g) Múc hỗn hợp các loại hạt nghiền và xi-rô cây thích lên một trong các đĩa bánh ngọt, chừa khoảng trống khoảng 1 inch xung quanh các cạnh.
h) Làm ẩm mép bánh ngọt bằng nước rửa trứng rồi đặt đĩa bánh ngọt thứ hai lên trên, bịt kín hỗn hợp hạt bên trong.
i) Cẩn thận đặt chiếc bánh lên trên những quả đào, nhẹ nhàng nhét phần nhô ra vào.
j) Đặt chảo vào lò nướng đã làm nóng trước và nướng trong khoảng 40 phút hoặc cho đến khi bánh có màu nâu vàng và giòn.
k) Sau khi hoàn tất, lấy chảo ra khỏi lò và để nguội trong vài phút.
l) Úp tatin đào lên đĩa phục vụ (hãy thận trọng vì caramen có thể nóng và dính).
m) Trang trí với đường bột và lá bạc hà nếu muốn.
n) Hãy thưởng thức món Peach Tatin ngon lành của bạn!

54.Quả mơ Tarte Tatin

THÀNH PHẦN:
- 2 tờ bánh phồng cán sẵn đông lạnh, rã đông một phần
- 1 cốc đường
- 1 muỗng cà phê bột đậu vani
- 825g nửa quả mơ, để ráo nước
- 50g bơ, thái nhỏ
- Kem nguyên chất, để phục vụ

HƯỚNG DẪN:

a) Làm nóng lò ở nhiệt độ 200°C/180°C bằng quạt. Đặt các tấm bánh ngọt lên nhau. Nhấn nhẹ để cố định. Cắt các góc để tạo thành hình tròn.

b) Cho đường, vani và ⅓ cốc nước lạnh vào chảo rán đế nặng, chịu nhiệt, 20cm (đế) trên lửa nhỏ. Nấu và khuấy trong 5 phút hoặc cho đến khi đường tan (không đun sôi). Tăng nhiệt lên mức trung bình. Đun sôi.

c) Đun sôi mà không khuấy trong 7 đến 8 phút hoặc cho đến khi hỗn hợp chuyển sang màu vàng.

d) Loại bỏ khỏi nhiệt. Xếp mơ, cắt úp xuống, vào chảo. Rắc bơ.

e) Đặt bánh ngọt lên trên quả mơ, nhét vào mép. Nướng trong 25 đến 30 phút hoặc cho đến khi bánh vàng và phồng lên. Đứng trong chảo trong 10 phút. Xếp bánh tart ra đĩa.

f) Mưa phùn với kem. Cắt thành nêm. Phục vụ.

55. Tatin mận ấm áp

THÀNH PHẦN:
- 3 muỗng canh bơ không muối
- ¾ cốc đường
- 8 quả mận Ý (2 ⅓ pound) hoặc 8 quả mận thông thường (2 ½ pound), bỏ hạt và cắt đôi
- Bột mì đa dụng, dùng cho bề mặt làm việc
- ½ công thức Pate Sucrée cho món Plum Tarte Tatin

HƯỚNG DẪN:
a) Đun chảy bơ trong chảo cách nhiệt 10 inch trên lửa vừa và nhỏ. Tắt bếp, rắc đều đường lên đáy chảo.

b) Bắt đầu từ mép ngoài, sắp xếp các nửa quả mận thành các vòng tròn đồng tâm chồng lên nhau, với các cạnh cắt hơi vuông góc với đáy chảo.

c) Đưa chảo trở lại nhiệt độ vừa phải; nấu cho đến khi nước ép sủi bọt và đường bắt đầu chuyển sang màu caramen, khoảng 15 đến 20 phút. Giữ trái cây cố định bằng thìa rộng, nghiêng chảo và xả xi-rô vào tô; đặt xi-rô sang một bên. Nếu cần, hãy trượt những quả mận bị bong ra trở lại vị trí cũ. Để nguội một chút, khoảng 10 phút.

d) Làm nóng lò ở 400 độ. Trên một bề mặt đã được phủ bột nhẹ, lăn một tấm pate Sucrée thành hình vuông 10 inch. Sử dụng khuôn bánh 10 inch đảo ngược làm hướng dẫn, cắt một hình tròn. Đặt bột lên quả mận và dùng nĩa chọc đều khắp bột.

e) Nướng trong lò cho đến khi lớp vỏ có màu nâu vàng và nước ép sủi bọt từ 30 đến 35 phút. Nếu mặt trên bắt đầu chuyển sang màu nâu quá nhiều trước khi trái cây được nấu chín, hãy bọc nó bằng một miếng giấy nhôm.

f) Lấy chảo ra khỏi lò. Để nguội trong 1 giờ. Khi đã sẵn sàng, đặt đĩa phục vụ lên trên bánh tart, úp mặt trên xuống và nhanh chóng úp bánh tart lên đĩa. Nếu muốn, giảm xi-rô dành riêng vào nồi nhỏ trên lửa vừa cho đến khi đặc lại, khoảng 5 phút.

g) Ăn bánh tart với nước sốt ấm.

56.Tarte Tatin mận và hạnh nhân

THÀNH PHẦN:
- 4 quả mận chín, bỏ hạt và thái lát
- 75 gram bơ không muối (2½ ounce)
- 100 gam đường cát (3½ ounce)
- ½ chén hạnh nhân cắt lát
- Tấm bánh phồng

HƯỚNG DẪN:
a) Làm nóng lò ở nhiệt độ 200°C/400°F/mốc gas 6.
b) Làm tan chảy bơ trong chảo an toàn với lò nướng. Rắc đều đường. Xếp các lát mận và rắc hạnh nhân thái lát.
c) Phủ một lớp bánh phồng. Nhét vào các cạnh.
d) Nướng trong 20-25 phút hoặc cho đến khi bánh có màu vàng nâu.
e) úp lên đĩa phục vụ, đảm bảo có mận caramen và hạnh nhân ở trên. Phục vụ ấm áp.

57.Tarte Tatin anh đào và balsamic

THÀNH PHẦN:
- 2 cốc quả anh đào tươi, bỏ hạt
- 75 gram bơ không muối (2½ ounce)
- 100 gam đường cát (3½ ounce)
- 2 muỗng canh giấm balsamic
- Tấm bánh phồng

HƯỚNG DẪN:

a) Làm nóng lò ở nhiệt độ 200°C/400°F/mốc gas 6.

b) Làm tan chảy bơ trong chảo an toàn với lò nướng. Rắc đều đường. Thêm giấm balsamic. Sắp xếp quả anh đào.

c) Phủ một lớp bánh phồng. Nhét vào các cạnh.

d) Nướng trong 20-25 phút hoặc cho đến khi bánh có màu vàng nâu.

e) Úp lên đĩa phục vụ, đảm bảo có quả anh đào caramen và men balsamic ở trên. Phục vụ ấm áp.

58.Tarte Tatin quả mơ và hoa oải hương

THÀNH PHẦN:
- 6 quả mơ chín, cắt đôi và bỏ hạt
- 75 gram bơ không muối (2½ ounce)
- 100 gam đường cát (3½ ounce)
- 1 muỗng cà phê hoa oải hương khô
- Tấm bánh phồng

HƯỚNG DẪN:
a) Làm nóng lò ở nhiệt độ 200°C/400°F/mốc gas 6.
b) Làm tan chảy bơ trong chảo an toàn với lò nướng. Rắc đều đường. Thêm hoa oải hương khô. Sắp xếp hai nửa quả mơ.
c) Phủ một lớp bánh phồng. Nhét vào các cạnh.
d) Nướng trong 20-25 phút hoặc cho đến khi bánh có màu vàng nâu.
e) Úp lên đĩa phục vụ, đảm bảo có mơ caramen và hoa oải hương ở trên. Phục vụ ấm áp.

59. Quả xuân đào và húng tây Tarte Tatin

THÀNH PHẦN:
- 4 quả xuân đào chín, gọt vỏ, bỏ hạt và thái lát
- 75 gram bơ không muối (2½ ounce)
- 100 gam đường cát (3½ ounce)
- Lá húng tây tươi
- Tấm bánh phồng

HƯỚNG DẪN:
a) Làm nóng lò ở nhiệt độ 200°C/400°F/mốc gas 6.
b) Làm tan chảy bơ trong chảo an toàn với lò nướng. Rắc đều đường. Thêm lá húng tây tươi. Sắp xếp các lát quả xuân đào.
c) Phủ một lớp bánh phồng. Nhét vào các cạnh.
d) Nướng trong 20-25 phút hoặc cho đến khi bánh có màu vàng nâu.
e) Đảo ngược lên đĩa phục vụ, đảm bảo có quả xuân đào caramen và húng tây ở trên. Phục vụ ấm áp.

60. Tarte Tatin anh đào và sô cô la

THÀNH PHẦN:
- 2 cốc quả anh đào tươi, bỏ hạt
- 75 gram bơ không muối (2½ ounce)
- 100 gam đường cát (3½ ounce)
- 2 muỗng canh sô-cô-la chip
- Tấm bánh phồng

HƯỚNG DẪN:
a) Làm nóng lò ở nhiệt độ 200°C/400°F/mốc gas 6.
b) Làm tan chảy bơ trong chảo an toàn với lò nướng. Rắc đều đường. Thêm sô cô la chip. Sắp xếp quả anh đào.
c) Phủ một lớp bánh phồng. Nhét vào các cạnh.
d) Nướng trong 20-25 phút hoặc cho đến khi bánh có màu vàng nâu.
e) Úp lên đĩa phục vụ, đảm bảo có quả anh đào caramen và sô cô la ở trên. Phục vụ ấm áp.

61. Quả mận và hoa hồi Tarte Tatin

THÀNH PHẦN:
- 4 quả mận chín, bỏ hạt và thái lát
- 75 gram bơ không muối (2½ ounce)
- 100 gam đường cát (3½ ounce)
- 3 cây hồi
- Tấm bánh phồng

HƯỚNG DẪN:

a) Làm nóng lò ở nhiệt độ 200°C/400°F/mốc gas 6.
b) Làm tan chảy bơ trong chảo an toàn với lò nướng. Rắc đều đường. Thêm toàn bộ cây hồi. Sắp xếp các lát mận.
c) Phủ một lớp bánh phồng. Nhét vào các cạnh.
d) Nướng trong 20-25 phút hoặc cho đến khi bánh có màu vàng nâu.
e) úp lên đĩa phục vụ, đảm bảo có mận caramen và hoa hồi ở trên. Phục vụ ấm áp.

62. Tatin đào trắng với húng tây

THÀNH PHẦN:
- 225g bánh phồng
- bột mì, để phủi bụi
- 60g đường bột
- 40g bơ, thái hạt lựu
- 6 quả đào trắng, bỏ hạt và cắt làm tư
- nhánh húng tây, để trang trí
- đường bột, để phủ bụi
- kem, để phục vụ

HƯỚNG DẪN:

a) Cán bánh phồng trên bề mặt đã phủ bột nhẹ đến độ dày bằng một đồng xu. Cắt bốn đĩa có đường kính 15 cm và đặt chúng lên khay để trong tủ lạnh trong 20 phút.

b) Làm nóng lò ở mức quạt/khí 200C/180C 6.

c) Rắc một phần tư lượng đường vào mỗi chảo rán chịu nhiệt có đường kính 12cm và chấm một phần tư lượng bơ vào mỗi chảo.

d) Đặt trên lửa nhỏ, xoay nhẹ chảo cho đến khi đường tan và bơ tan chảy cho đến khi hỗn hợp chuyển sang màu caramen nhẹ. Sau đó tắt bếp và tạm dừng quá trình nấu bằng cách đặt đáy chảo vào một bát nước lạnh.

e) Nhanh chóng sắp xếp một phần tư số lát đào trong mỗi chảo theo hình quạt hoặc hình tròn, sau đó phủ một lớp bánh phồng tròn lên, nhét các mép vào. Tạo một vài lỗ nhỏ trên bánh phồng bằng đầu dao.

f) Đặt chảo vào lò nướng trong 12-15 phút - thời gian có thể phụ thuộc vào độ dày của bánh phồng của bạn, nhưng bánh ngọt phải được nấu chín và đào mềm, có màu caramel vàng đẹp mắt.

g) Bày bánh tart ra đĩa và trang trí với một nhánh húng tây và một ít đường bột.

h) Ăn kèm với kem.

63. Bánh tarte mận và nam việt quất Tatin

THÀNH PHẦN:
- 15g bơ, làm mềm, để bôi trơn
- 85g đường nâu nhạt, cộng thêm 50g
- 400g mận cứng, cắt đôi và bỏ hạt
- 100g nam việt quất đông lạnh
- bột mì, để phủi bụi
- 500g bánh phồng khối
- 300ml kem tươi
- ½-1 quả cam, gọt vỏ, để dùng

HƯỚNG DẪN:

a) Bôi mỡ vào đáy khuôn bánh tart cố định 21-23cm hoặc chảo rán chịu nhiệt, sau đó rải đều 85g đường lên trên. Xếp mận, cắt cạnh xuống, sau đó rải chúng lên quả nam việt quất.

b) Trên bề mặt đã phủ một lớp bột mì, cán bột bánh sao cho to hơn khuôn hoặc chảo rán một chút theo hướng dẫn cắt thành hình tròn (bạn sẽ còn dư khoảng 150g).

c) Đặt bánh ngọt lên trên quả mận, ấn các cạnh xuống xung quanh quả, sau đó dùng nĩa chọc vào bánh vài lần để hơi nước thoát ra ngoài. Thư giãn ít nhất 1 giờ hoặc tối đa 24 giờ.

d) Làm nóng lò ở mức gas 7, 220°C, quạt 200°C. Nướng trong 25-30 phút cho đến khi bánh vàng và giòn.

e) Trong khi đó, cho kem tươi, 50g đường nâu và một chút muối vào tô trộn lớn. Đánh đến bông mềm bằng máy đánh trứng điện.

f) Dùng khăn lau để bảo vệ bàn tay của bạn, cẩn thận đặt đĩa phục vụ lên trên khuôn hoặc khuôn bánh tart. Đảo ngược để bánh tart rơi xuống đĩa, sau đó trang trí với vỏ cam.

g) Ăn kèm với kem đánh bông đường nâu.

64. Bánh Mơ úp Ngược

THÀNH PHẦN:
- 3 thìa bơ
- ½ chén đường nâu
- 24 nửa quả mơ đóng hộp
- 2 quả trứng
- ¼ thìa cà phê muối
- 1 cốc đường
- 1 muỗng cà phê chiết xuất vani
- ¼ cốc Sữa Pet (sữa đặc), pha loãng với ¼ cốc nước
- 1 muỗng canh Shorten
- 1 chén bột bánh, rây
- 1 muỗng cà phê bột nở

SỮA PET ĐÁNH BÓNG:
- ¼ thìa cà phê gelatin dạng hạt
- 1 thìa cà phê Nước lạnh
- ½ cốc Sữa Pet (sữa đặc), đun sôi
- 1 muỗng canh đường bột
- 1 muỗng cà phê chiết xuất vani

HƯỚNG DẪN:

a) Làm nóng lò nướng của bạn ở nhiệt độ 350°F (175°C).

b) Trong chảo gang 9 inch, làm tan chảy 3 thìa bơ.

c) Nhấc chảo ra khỏi bếp và rắc đường nâu lên bơ tan chảy.

d) Xếp 24 nửa quả mơ đóng hộp lên trên lớp đường trong chảo. Hãy để chúng đứng trong khi bạn chuẩn bị bột.

e) Trong một tô trộn, đánh 2 quả trứng cho đến khi thật nhạt.

f) Trong khi đánh trứng, thêm ¼ thìa cà phê muối, 1 cốc đường và 1 thìa cà phê chiết xuất vani.

g) Trong nồi hơi đôi, đun nóng ¼ cốc Sữa Pet (sữa bay hơi) pha loãng với ¼ cốc nước và 1 thìa dầu cô đặc đến điểm sôi.

h) Đánh hỗn hợp sữa vào hỗn hợp trứng.

i) Rây đều 1 chén bột bánh và 1 muỗng cà phê bột nở.

j) Thêm nguyên liệu khô vào hỗn hợp sữa, đánh nhanh nhưng kỹ.

k) Đổ bột lên những quả mơ đã sắp xếp trong chảo.

l) Nướng bánh trong lò làm nóng trước từ 25 đến 30 phút hoặc cho đến khi bánh co lại khỏi thành chảo.

m) Trong khi bánh vẫn còn ấm, hãy lấy bánh ra khỏi chảo đặt lên đĩa phục vụ, để lộ phần trên cùng là quả mơ.

SỮA PET ĐÁNH BÓNG:

n) Trong một bát nhỏ, ngâm ¼ thìa cà phê gelatin dạng hạt trong 1 thìa cà phê nước lạnh trong 5 phút.

o) Đun ½ cốc Sữa dành cho thú cưng (sữa bay hơi) trên đỉnh nồi đun đôi.

p) Cho gelatin đã ngâm vào sữa đun sôi và khuấy đều cho đến khi hòa tan. Đổ hỗn hợp vào tô và làm lạnh cho đến khi nó trở nên lạnh như băng.

q) Dùng máy đánh trứng quay, đánh sữa đã lạnh cho đến khi sữa cứng lại.

r) Cho 1 thìa đường bột và 1 thìa cà phê chiết xuất vani vào.

s) Phục vụ bánh mơ lộn ngược ấm áp với lớp phủ sữa cho thú cưng đánh bông. Thưởng thức món ngon này trong 6 phần ăn!

65. Bánh úp ngược anh đào-mật đào

THÀNH PHẦN:
PHỦ BÊN TRÊN THỨC ĂN:
- 1 muỗng canh bơ thực vật hoặc bơ, tan chảy
- ¼ cốc đường nâu, đóng gói
- 1 cốc quả anh đào ngọt
- 2 chén quả xuân đào, thái lát mỏng
- 1 thìa nước cốt chanh

BÁNH NGỌT:
- 1 chén bột mì đa dụng (cộng với 2 muỗng canh)
- 2 muỗng canh hạnh nhân cắt lát, nướng và nghiền
- 1 muỗng cà phê bột nở
- ½ muỗng cà phê Baking Soda
- ⅛ thìa cà phê muối
- ⅔ cốc đường cát
- ¼ cốc Margarine dạng thanh hoặc bơ đã làm mềm
- 1 muỗng cà phê chiết xuất vani
- ½ thìa cà phê chiết xuất hạnh nhân
- 1 trứng lớn
- ⅔ cốc sữa bơ ít béo

HƯỚNG DẪN:

a) Làm nóng lò nướng của bạn ở nhiệt độ 350 độ F (175 độ C). Phủ một lớp bơ thực vật tan chảy vào đáy khuôn bánh tròn 9 inch. Rắc đều đường nâu lên bơ thực vật đã tan chảy.

b) Đặt 1 quả anh đào vào giữa chảo và xếp những quả anh đào còn lại xung quanh mép chảo.

c) Trong một cái bát, trộn quả xuân đào và nước cốt chanh, trộn đều. Sắp xếp các lát quả xuân đào, từ giữa quả anh đào đến mép quả anh đào.

d) Trong một bát riêng, trộn 1 cốc bột mì đa dụng, hạnh nhân nướng, bột nở, baking soda và muối.

e) Trong một tô khác, đánh ⅔ cốc đường cát và ¼ cốc bơ thực vật đã làm mềm ở tốc độ trung bình bằng máy trộn cho đến khi hòa quyện.

f) Thêm chiết xuất vani, chiết xuất hạnh nhân và trứng vào hỗn hợp kem, đánh đều.

g) Thêm hỗn hợp bột vào hỗn hợp kem xen kẽ với bơ sữa, bắt đầu và kết thúc bằng hỗn hợp bột. Đánh kỹ sau mỗi lần thêm.

h) Từ từ đổ bột bánh lên trái cây trong chảo bánh.

i) Nướng bánh trong lò làm nóng trước khoảng 45 phút hoặc cho đến khi tăm gỗ cắm vào giữa bánh sạch.

j) Làm nguội bánh trong chảo trong 5 phút trên giá lưới.

k) Nới lỏng bánh khỏi các cạnh của chảo bằng thìa kim loại hẹp, sau đó úp bánh lên đĩa bánh.

l) Cắt Bánh úp ngược quả anh đào-mật đào thành từng miếng nhỏ và dùng nóng để có một món ăn thú vị kết hợp vị ngọt của quả anh đào và quả xuân đào với chiếc bánh tẩm hạnh nhân!

66.Bánh úp ngược đào và hồ đào

THÀNH PHẦN:
PHỦ BÊN TRÊN THỨC ĂN:
- 3 muỗng canh bơ không muối
- ½ chén đường nâu nhạt đóng gói
- 14 nửa quả đào đóng hộp
- ½ chén hồ đào nguyên hạt, nướng nhẹ

BÁNH NGỌT:
- 2 chén bột mì đa dụng
- 1 thìa cà phê bột nở
- 1 muỗng cà phê baking soda
- 1 thìa cà phê muối
- ½ muỗng cà phê quế
- ½ thìa hạt nhục đậu khấu
- ½ cốc bơ không muối (1 que)
- ¾ cốc đường
- 1 thìa cà phê vani
- 2 quả trứng lớn
- 1 cốc bơ sữa

HƯỚNG DẪN:

a) Trong chảo gang 10 inch đã được tẩm gia vị kỹ trên lửa vừa phải, làm tan chảy bơ. Rắc đều đường nâu lên đáy chảo rồi khuấy đều.

b) Lấy chảo ra khỏi bếp và xếp các nửa quả đào, cắt hai bên lên trên, tạo hình trang trí trên đường và bơ. Rắc đều toàn bộ quả hồ đào xung quanh quả đào.

c) Làm nóng lò ở nhiệt độ 375 độ F (190 độ C).

d) Trong một tô lớn, trộn đều bột mì, bột nở, baking soda, muối, quế và hạt nhục đậu khấu.

e) Trong một tô khác, dùng máy trộn điện đánh bơ và đường cho đến khi mềm và mịn. Đánh trong vani. Thêm từng quả trứng vào cho đến khi hòa quyện.

f) Với máy trộn ở tốc độ thấp, đánh bơ sữa cho đến khi vừa kết hợp. Trộn các nguyên liệu khô thành hai mẻ cho đến khi vừa kết hợp.

g) Múc đều bột lên những quả đào trong chảo.

h) Nướng trong lò làm nóng trước từ 35 đến 40 phút hoặc cho đến khi bánh có màu nâu vàng và người thử lấy ra có vụn bánh dính vào.

i) Làm nguội bánh trong chảo trên giá trong 10 phút. Chạy một con dao mỏng quanh mép chảo và cẩn thận úp bánh lên đĩa.

j) Hãy thưởng thức món bánh úp ngược đào và hồ đào thơm ngon của bạn! Đó là một món tráng miệng hoàn hảo để thể hiện hương vị của đào tươi và hồ đào nướng trong một chiếc bánh ấm và đầy hương vị.

67. Bánh Gừng úp Ngược

THÀNH PHẦN:
- 4 quả đào (gọt vỏ, bỏ hạt và thái lát dày ¼ inch)
- 1 ½ chén bột mì đa dụng
- 1 ½ thìa cà phê baking soda
- ⅓ cốc mật đường
- ¾ cốc nước sôi
- 2 quả trứng
- ¾ cốc đường cát
- ⅓ cốc bơ không muối (tan chảy)
- 8 quả đào (cũng gọt vỏ, bỏ hạt và thái lát dày ¼ inch)
- ¼ cốc bơ không muối (tan chảy)
- 6 muỗng canh đường nâu sẫm (đóng gói)
- ½ cốc mứt đào hoặc mơ

HƯỚNG DẪN:

a) Làm nóng lò nướng của bạn ở nhiệt độ 350 độ F (175 độ C).

b) Bơ rộng rãi một chiếc chảo dạng lò xo 12 inch. Xếp 4 quả đào cắt lát thành hình tròn vào chảo và đặt sang một bên.

c) Rây bột mì và baking soda với nhau rồi đặt sang một bên.

d) Trong một bát riêng, trộn mật đường và nước sôi rồi đặt sang một bên.

e) Trong tô trộn, đánh trứng và đường cát trong 5 đến 10 phút cho đến khi mịn và nhẹ.

f) Dần dần thêm bơ tan chảy trong khi tiếp tục đánh hỗn hợp.

g) Lần lượt thêm hỗn hợp bột và hỗn hợp mật đường vào hỗn hợp trứng, trộn đều cho đến khi mịn.

h) Đổ bột lên những quả đào trong chảo dạng lò xo.

i) Đặt khuôn lên giá giữa trong lò đã làm nóng trước và nướng trong 45 phút hoặc cho đến khi dùng tăm cắm vào giữa bánh rút ra sạch sẽ. Lấy bánh ra khỏi lò và để nguội.

j) Trong chảo, xào những lát đào còn lại trong ¼ cốc bơ tan chảy và 6 thìa đường nâu đóng gói cho đến khi mềm nhưng không nhão, khoảng 6 đến 8 phút. Lấy chúng ra khỏi chảo và để nguội.

k) Úp bánh lên đĩa phục vụ sao cho đào ở trên. Xếp các lát đào đã nguội xung quanh mặt trên của bánh.

l) Trong nồi hấp đôi, làm tan chảy chất bảo quản đào hoặc mơ rồi phết đều lên những quả đào đã cắt lát.

m) Hãy thưởng thức chiếc bánh đào-bánh gừng lộn ngược kiểu cũ của bạn! Thật hoàn hảo cho một món tráng miệng thú vị với hương vị thơm ngon của đào và bánh gừng.

68. Bánh úp ngược quả đào-quả nam việt quất

THÀNH PHẦN:
- ¾ cốc đường nâu đóng gói chắc chắn
- 1 muỗng canh dầu thực vật
- 2 thìa cà phê nước
- 1 cốc đào thái lát, đông lạnh và rã đông
- 1 cốc quả nam việt quất
- ½ cốc đường
- ¼ cốc sữa gầy
- ¼ cốc sữa chua nguyên chất không béo
- 3 muỗng canh dầu thực vật
- 1 muỗng cà phê chiết xuất vani
- 1 ¼ chén bột làm bánh đã rây
- ½ muỗng cà phê bột nở
- ⅛ muỗng cà phê muối
- 2 lòng trắng trứng, ở nhiệt độ phòng

HƯỚNG DẪN:

a) Kết hợp 3 thành phần đầu tiên trong một cái chảo nhỏ và khuấy đều. Đặt chảo lên lửa vừa và nấu trong khoảng 5 phút hoặc cho đến khi đường tan, thỉnh thoảng khuấy đều. Đổ hỗn hợp này vào chảo bánh tròn 9 inch.

b) Xếp các lát đào theo hình nan hoa lên trên hỗn hợp đường nâu trong chảo bánh, từ giữa chảo ra mép. Rắc quả nam việt quất lên trên quả đào và đặt sang một bên.

c) Trong một bát nhỏ, trộn đường, sữa, sữa chua, 3 thìa dầu thực vật và vani. Khuấy đều bằng máy đánh trứng.

d) Trong một tô lớn, trộn bột bánh, bột nở và muối. Khuấy đều. Thêm hỗn hợp sữa vào nguyên liệu khô và đánh ở tốc độ thấp bằng máy trộn cho đến khi hòa quyện. Đặt bột này sang một bên.

e) Đánh lòng trắng trứng ở tốc độ cao bằng máy trộn cho đến khi tạo thành chóp cứng. Nhẹ nhàng trộn hỗn hợp lòng trắng trứng vào bột.

f) Đổ đều bột lên trái cây trong chảo bánh.

g) Nướng bánh ở nhiệt độ 350 độ F trong khoảng 40 phút hoặc cho đến khi tăm gỗ cắm vào giữa bánh rút ra sạch sẽ.

h) Ngay lập tức úp bánh lên đĩa phục vụ.

i) Chúc bạn ngon miệng với chiếc bánh úp ngược đào-quả nam việt quất! Sự kết hợp giữa đào ngon ngọt và quả nam việt quất thơm chắc chắn sẽ làm hài lòng vị giác của bạn.

69. Bánh Mận úp ngược

THÀNH PHẦN:
- 12 thìa bơ không muối; nhiệt độ phòng (1½ que)
- 1 cốc đường nâu vàng đóng gói
- 1 thìa mật ong
- 6 quả mận lớn; giảm một nửa, rỗ, mỗi nửa cắt thành 6 nêm
- 1½ cốc bột mì đa dụng
- 2 thìa cà phê bột nở
- ½ muỗng cà phê quế xay
- ¼ thìa cà phê muối
- 1 cốc đường
- 2 quả trứng lớn
- ½ muỗng cà phê chiết xuất vani
- ¼ thìa cà phê chiết xuất hạnh nhân
- ½ cốc sữa
- Kem đánh có vị ngọt nhẹ

HƯỚNG DẪN:

a) Làm nóng lò nướng của bạn ở nhiệt độ 350°F (175°C). Khuấy 6 thìa bơ, đường nâu và mật ong trong chảo nặng vừa trên lửa nhỏ cho đến khi bơ tan chảy, đường và mật ong hòa quyện, tạo thành nước sốt đặc, mịn.

b) Chuyển hỗn hợp này vào chảo bánh có đường kính 9 inch với các cạnh cao 2 inch. Xếp các miếng mận thành các vòng tròn đồng tâm chồng lên nhau trên mặt nước sốt.

c) Trong một bát vừa, trộn bột mì đa dụng, bột nở, quế và muối. Dùng máy trộn điện đánh 6 thìa bơ còn lại vào tô lớn cho đến khi nhạt màu. Thêm đường và đánh cho đến khi kem.

d) Thêm trứng và đánh cho đến khi nhẹ và mịn. Đánh đều chiết xuất vani và hạnh nhân. Thêm các nguyên liệu khô xen kẽ với sữa, trộn đều cho đến khi hòa quyện.

e) Đổ bột đều lên quả mận trong chảo bánh.

f) Nướng bánh cho đến khi vàng và que thử cắm vào giữa bánh sẽ sạch, khoảng 1 giờ 5 phút.

g) Chuyển bánh sang giá và để nguội trong chảo trong 30 phút.

h) Dùng dao cắt xung quanh thành chảo để bánh bong ra. Đặt một cái đĩa lên trên chảo bánh và lật ngược chiếc bánh; đặt đĩa lên bề mặt làm việc. Hãy để nó đứng trong 5 phút.

i) Nhẹ nhàng nhấc bánh ra khỏi khuôn và thưởng thức bánh ấm với kem đánh bông có vị ngọt nhẹ.

j) Hãy thưởng thức chiếc bánh mận lộn ngược của bạn!

TATIN TRÁI CÂY NHIỆT ĐỚI

70. Tarte Tatin dứa

THÀNH PHẦN:
- 1 quả dứa chín vừa
- 110 gram đường bột (4 ounce)
- 55 gam bơ (2 ounce)
- 340 gram bánh phồng làm sẵn (12 ounce)
- Kem tươi để phục vụ

HƯỚNG DẪN:
a) Làm nóng lò ở mức 200°C (400°F) hoặc Gas Mark 6.
b) Bắt đầu bằng cách chuẩn bị dứa. Cắt phần trên và phần dưới của quả dứa. Dùng một con dao nhỏ, sắc, gọt bỏ vỏ và cẩn thận cắt bỏ phần "mắt" của quả dứa. Cắt đôi quả dứa theo chiều dọc và bỏ lõi. Sau đó, cắt dứa thành lát dày 2½ cm (1 inch).
c) Đặt đĩa an toàn với lò nướng đã chọn của bạn lên bếp và thêm đường. Đổ 4 thìa nước vào và đun nóng cho đến khi đường tan. Đun sôi nhẹ cho đến khi đường bắt đầu chuyển sang màu caramen. Giảm nhiệt và thêm bơ. Nếu hỗn hợp trở nên đặc và sần sùi, hãy thêm một ít nước và đun nóng cho đến khi hỗn hợp trở nên mịn.
d) Xếp các lát dứa vào đĩa, cắt nhỏ nếu cần thiết cho vừa miệng. Đun nhỏ lửa trong 5-10 phút. Chú ý quan sát hỗn hợp để nước sốt không bị cháy.
e) Cán mỏng bánh phồng và cắt một hình tròn lớn hơn chảo khoảng 1 cm. Đặt miếng bánh lên trên quả dứa, nhét mép vào. Sau đó, chuyển món ăn vào lò nướng.
f) Nướng khoảng 30 phút hoặc cho đến khi bánh nở và chuyển sang màu nâu vàng.
g) Lấy đĩa ra khỏi lò, để yên trong vài phút rồi cẩn thận úp đĩa vào đĩa phục vụ. Để chảo tại chỗ thêm 2-3 phút để caramen lắng xuống. Nếu một số quả đã dịch chuyển, hãy đặt lại vị trí của nó.
h) Phục vụ món tatin tarte dứa còn ấm với một ít kem fraiche.
i) Thưởng thức món Tarte Tatin thơm ngon của dứa!

71. Tarte Tatin chuối và caramel

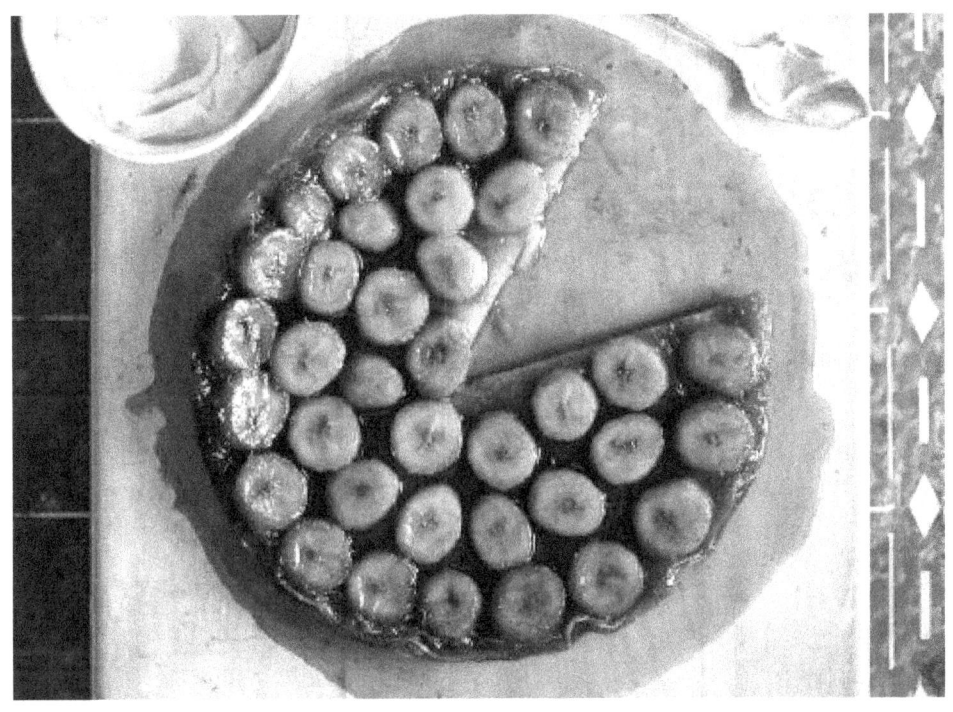

THÀNH PHẦN:
- 4 quả chuối chín, thái lát
- 75 gram bơ không muối (2½ ounce)
- 100 gram đường nâu (3½ ounce)
- 1 muỗng cà phê chiết xuất vani
- Tấm bánh phồng

HƯỚNG DẪN:

a) Làm nóng lò ở nhiệt độ 200°C/400°F/mốc gas 6.
b) Làm tan chảy bơ trong chảo an toàn với lò nướng. Rắc đều đường nâu.
c) Thêm chiết xuất vani. Xếp các lát chuối lên trên hỗn hợp.
d) Phủ một lớp bánh phồng. Nhét vào các cạnh.
e) Nướng trong 20-25 phút hoặc cho đến khi bánh có màu vàng nâu.
f) Đảo ngược ra đĩa phục vụ, đảm bảo hỗn hợp chuối caramen ở trên. Phục vụ ấm áp.

72. Dứa và bạch đậu khấu Tatin

THÀNH PHẦN:
- 1 quả dứa
- 2 ½ ounce bơ không muối
- 4 ½ ounce đường nâu mềm
- 6 quả bạch đậu khấu
- 7 ounce bánh phồng cán sẵn

HƯỚNG DẪN:
a) Làm nóng lò ở nhiệt độ 200°C/400°F/mốc gas 6.
b) Gọt vỏ dứa và cắt thành lát 1cm (½ inch), theo chiều dọc hoặc chiều ngang. Để qua một bên.
c) Trải bơ không muối lên đáy hộp thiếc tròn 20 cm (8 inch). Rắc đường nâu mềm lên trên bơ.
d) Bỏ vỏ bạch đậu khấu và nướng hạt trong chảo rán nhỏ trong vài phút cho đến khi chúng tỏa ra mùi thơm. Nghiền hạt trong máy xay cà phê sạch hoặc nghiền nát trong chày và cối. Rắc bạch đậu khấu xay lên trên đường.
e) Xếp các lát dứa đã bỏ lõi lên trên hỗn hợp đường và bạch đậu khấu.
f) Cắt một vòng tròn bánh phồng có đường kính 24cm (10 inch) và dùng nó để bọc quả dứa. Nhấn mạnh xuống để tạo thành các cạnh của bánh tart. Tạo một lỗ nhỏ ở giữa bánh để hơi nước thoát ra và tránh làm mềm phần đế.
g) Nướng bánh tart trong lò làm nóng trước trong 12-15 phút hoặc cho đến khi bánh có màu vàng nâu.
h) Lấy bánh tart ra khỏi lò, úp bánh ra đĩa và dùng ngay.
i) Kết hợp nó với kem vani hoặc kem húng quế để có một món ăn thú vị.

73. Tarte Dứa và Dừa Tatin

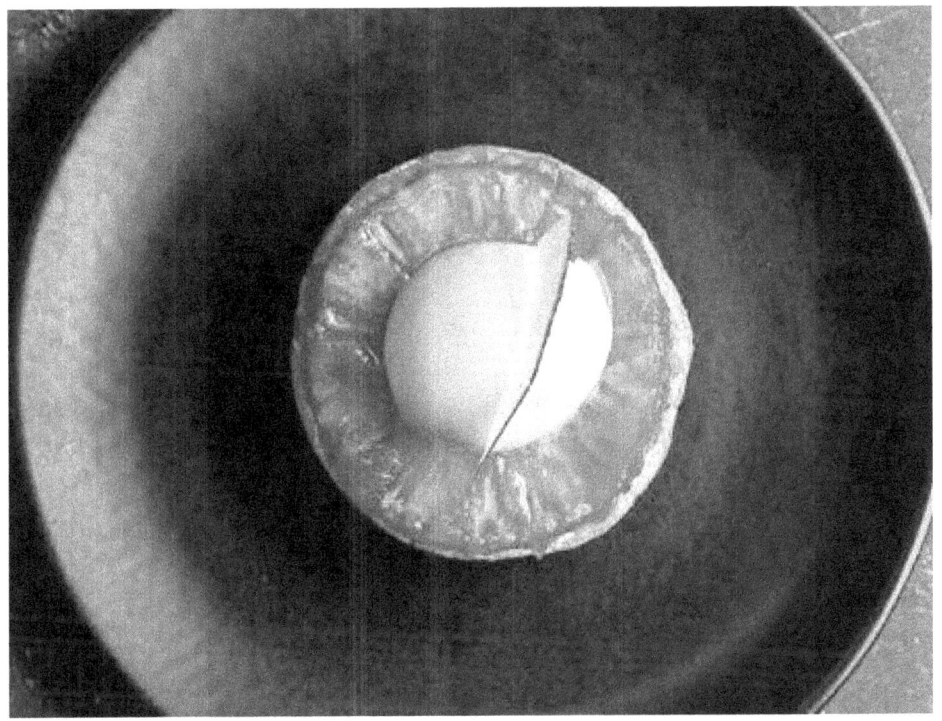

THÀNH PHẦN:
- 1 quả dứa nhỏ, gọt vỏ, bỏ lõi và thái lát
- 75 gram bơ không muối (2½ ounce)
- 100 gam đường cát (3½ ounce)
- ½ chén dừa vụn
- Tấm bánh phồng

HƯỚNG DẪN:
a) Làm nóng lò ở nhiệt độ 200°C/400°F/mốc gas 6.
b) Làm tan chảy bơ trong chảo an toàn với lò nướng. Rắc đều đường. Thêm dừa vụn vào. Xếp các lát dứa.
c) Phủ một lớp bánh phồng. Nhét vào các cạnh.
d) Nướng trong 20-25 phút hoặc cho đến khi bánh có màu vàng nâu.
e) úp lên đĩa phục vụ, đảm bảo có dứa và dừa caramen ở trên. Phục vụ ấm áp.

74. Tarte chanh xoài Tatin

THÀNH PHẦN:
- 2 quả xoài chín, gọt vỏ, bỏ hạt và thái lát
- 75 gram bơ không muối (2½ ounce)
- 100 gam đường cát (3½ ounce)
- Vỏ của 1 quả chanh
- Tấm bánh phồng

HƯỚNG DẪN:
a) Làm nóng lò ở nhiệt độ 200°C/400°F/mốc gas 6.
b) Làm tan chảy bơ trong chảo an toàn với lò nướng. Rắc đều đường. Thêm vỏ chanh. Sắp xếp các lát xoài.
c) Phủ một lớp bánh phồng. Nhét vào các cạnh.
d) Nướng trong 20-25 phút hoặc cho đến khi bánh có màu vàng nâu.
e) úp ra đĩa phục vụ, đảm bảo có xoài caramen và vỏ chanh ở trên. Phục vụ ấm áp.

75. Đu đủ và chanh dây Tarte Tatin

THÀNH PHẦN:
- 1 quả đu đủ chín, gọt vỏ, bỏ hạt và thái lát
- 75 gram bơ không muối (2½ ounce)
- 100 gam đường cát (3½ ounce)
- Bột của 3 quả chanh dây
- Tấm bánh phồng

HƯỚNG DẪN:
a) Làm nóng lò ở nhiệt độ 200°C/400°F/mốc gas 6.
b) Làm tan chảy bơ trong chảo an toàn với lò nướng. Rắc đều đường. Thêm bột chanh dây. Sắp xếp các lát đu đủ.
c) Phủ một lớp bánh phồng. Nhét vào các cạnh.
d) Nướng trong 20-25 phút hoặc cho đến khi bánh có màu vàng nâu.
e) úp ra đĩa, đảm bảo có đu đủ caramen và chanh dây ở trên. Phục vụ ấm áp.

76. Kiwi và bạc hà Tarte Tatin

THÀNH PHẦN:
- 6 quả kiwi, gọt vỏ và thái lát
- 75 gram bơ không muối (2½ ounce)
- 100 gam đường cát (3½ ounce)
- Lá bạc hà tươi, xắt nhỏ
- Tấm bánh phồng

HƯỚNG DẪN:

a) Làm nóng lò ở nhiệt độ 200°C/400°F/mốc gas 6.

b) Làm tan chảy bơ trong chảo an toàn với lò nướng. Rắc đều đường. Thêm bạc hà cắt nhỏ. Sắp xếp các lát kiwi.

c) Phủ một lớp bánh phồng. Nhét vào các cạnh.

d) Nướng trong 20-25 phút hoặc cho đến khi bánh có màu vàng nâu.

e) Úp lên đĩa phục vụ, đảm bảo có kiwi caramen và bạc hà ở trên. Phục vụ ấm áp.

77. Tarte Tatin chuối và Macadamia Nut

THÀNH PHẦN:
- 4 quả chuối chín, bóc vỏ và thái lát
- 75 gram bơ không muối (2½ ounce)
- 100 gram đường nâu (3½ ounce)
- ½ chén hạt macadamia cắt nhỏ
- Tấm bánh phồng

HƯỚNG DẪN:
a) Làm nóng lò ở nhiệt độ 200°C/400°F/mốc gas 6.
b) Làm tan chảy bơ trong chảo an toàn với lò nướng. Rắc đều đường nâu. Thêm hạt macadamia cắt nhỏ. Sắp xếp các lát chuối.
c) Phủ một lớp bánh phồng. Nhét vào các cạnh.
d) Nướng trong 20-25 phút hoặc cho đến khi bánh có màu vàng nâu.
e) úp ra đĩa phục vụ, đảm bảo chuối tráng caramen và hạt mắc ca ở trên. Phục vụ ấm áp.

78. Tarte dừa và xoài Tatin

THÀNH PHẦN:
- 2 quả xoài chín, gọt vỏ, bỏ hạt và thái lát
- 75 gram bơ không muối (2½ ounce)
- 100 gam đường cát (3½ ounce)
- ½ chén dừa vụn
- Tấm bánh phồng

HƯỚNG DẪN:

a) Làm nóng lò ở nhiệt độ 200°C/400°F/mốc gas 6.
b) Làm tan chảy bơ trong chảo an toàn với lò nướng. Rắc đều đường. Thêm dừa vụn vào. Sắp xếp các lát xoài.
c) Phủ một lớp bánh phồng. Nhét vào các cạnh.
d) Nướng trong 20-25 phút hoặc cho đến khi bánh có màu vàng nâu.
e) úp ra đĩa phục vụ, đảm bảo xoài và dừa caramen ở trên. Phục vụ ấm áp.

79. Đu đủ và chanh Tarte Tatin

THÀNH PHẦN:
- 1 quả đu đủ chín, gọt vỏ, bỏ hạt và thái lát
- 75 gram bơ không muối (2½ ounce)
- 100 gam đường cát (3½ ounce)
- Vỏ và nước cốt của 2 quả chanh
- Tấm bánh phồng

HƯỚNG DẪN:
a) Làm nóng lò ở nhiệt độ 200°C/400°F/mốc gas 6.
b) Làm tan chảy bơ trong chảo an toàn với lò nướng. Rắc đều đường. Thêm vỏ chanh và nước trái cây. Sắp xếp các lát đu đủ.
c) Phủ một lớp bánh phồng. Nhét vào các cạnh.
d) Nướng trong 20-25 phút hoặc cho đến khi bánh có màu vàng nâu.
e) úp ra đĩa phục vụ, đảm bảo có đu đủ caramen và chanh ở trên. Phục vụ ấm áp.

80. Tarte Tatin chanh dây và dứa

THÀNH PHẦN:
- 2 quả chanh dây, nạo lấy phần cùi
- 1 quả dứa nhỏ, gọt vỏ, bỏ lõi và thái lát
- 75 gram bơ không muối (2½ ounce)
- 100 gam đường cát (3½ ounce)
- Tấm bánh phồng

HƯỚNG DẪN:

a) Làm nóng lò ở nhiệt độ 200°C/400°F/mốc gas 6.

b) Làm tan chảy bơ trong chảo an toàn với lò nướng. Rắc đều đường. Thêm bột chanh dây. Xếp các lát dứa.

c) Phủ một lớp bánh phồng. Nhét vào các cạnh.

d) Nướng trong 20-25 phút hoặc cho đến khi bánh có màu vàng nâu.

e) Úp ra đĩa, đặt dứa caramen và chanh dây lên trên. Phục vụ ấm áp.

81. Tart vải thiều nhỏ Tatin

THÀNH PHẦN:
- 200 g Bánh phồng
- 5 g Glucose lỏng
- 10ml nước
- 50ml nước ép dứa
- 75g đường bột
- 50ml nước cốt dừa
- 1 nhúm quế
- 10ml nước hoa hồng
- 50 g bơ
- 40 g vải chín (khoảng 30 quả)
- 12 quả chôm chôm
- 100ml Kem tươi
- 50 g kem tươi
- 1 quả vani

HƯỚNG DẪN:

a) Gọt vỏ và đá chôm chôm, để lại 4 vỏ. Blitz 8 quả chôm chôm cho vào máy xay thực phẩm với kem tươi cho đến khi xay nhuyễn. Đổ hỗn hợp này qua rây. Cạo vỏ vani cho vào kem đánh bông, sau đó đánh kem đến bông mềm. Gấp hỗn hợp kem chôm chôm vào, cẩn thận không đánh bay không khí ra khỏi kem.

b) Làm nóng lò ở nhiệt độ 200 độ C. Cán bánh phồng thành tấm dày 3mm và cắt thành 4 vòng 9cm. Bôi nhẹ một ít giấy thấm dầu lên khay nướng rồi chuyển các viên bánh ngọt vào giấy. Nướng trong 15 phút cho đến khi chín và hơi chín vàng. Dùng một con dao nhỏ và sắc, cẩn thận cắt một phần "nắp" ra khỏi phần trên của chiếc bánh ngọt. Để qua một bên.

c) Đun chảy đường bột, glucose lỏng và nước với nhau trong một cái chảo nhỏ. Trong một nồi riêng, cho nước ép dứa, đường bột, nước cốt dừa, quế, nước hoa hồng và bơ vào đun sôi. Khi hỗn hợp đường chuyển sang màu hổ phách đậm thì đổ hỗn hợp nước dứa đang sôi vào. Khuấy để kết hợp và loại bỏ nhiệt.

d) Đá vải và xếp chúng vào bên trong mỗi vỏ bánh ngọt. Đổ nước sốt caramel lên trên, sau đó đặt lại vào lò nướng trong 5 phút.

e) Ăn kèm với quả chôm chôm còn nguyên vỏ và một ít kem chôm chôm.

82. Bánh Xoài Úp Ngược

THÀNH PHẦN:
ĐỐI VỚI BÊN TRÊN XOÀI:
- 2 cốc xoài chín thái lát
- 2 thìa nước cốt chanh
- 1 muỗng canh bơ thực vật

ĐỐI VỚI BÁNH BÁNH:
- ⅓ cốc đường nâu
- ¼ cốc bơ thực vật
- ¾ cốc đường
- 1 quả trứng
- ½ cốc sữa
- 1 ¼ cốc bột mì đa dụng
- 2 thìa cà phê bột nở
- ¼ thìa cà phê muối

HƯỚNG DẪN:

a) Làm nóng lò nướng của bạn ở nhiệt độ 375°F (190°C).

b) Đổ nước cốt chanh lên xoài đã cắt lát và để yên trong 15 phút.

c) Trong chảo bánh 8 inch hoặc đĩa thịt hầm, làm tan chảy 1 thìa bơ thực vật. Đảm bảo không sử dụng chảo sắt vì xoài có thể bị sẫm màu khi đặt vào chảo.

d) Thêm đường nâu vào bơ thực vật tan chảy trong chảo bánh, sau đó phủ xoài cắt lát lên trên.

e) Để chuẩn bị bột bánh, đánh kem ¼ cốc bơ thực vật. Thêm đường và đánh kem chúng lại với nhau. Sau đó, thêm trứng đã đánh vào và trộn đều.

f) Trong một bát riêng, rây bột mì đa dụng, bột nở và muối lại với nhau. Dần dần thêm các thành phần khô vào hỗn hợp kem, xen kẽ với sữa.

g) Đổ bột bánh lên các lát xoài trong chảo bánh.

h) Nướng bánh trong lò làm nóng trước từ 50 đến 60 phút hoặc cho đến khi cắm tăm vào giữa và thấy tăm sạch.

i) Sau khi bánh nướng xong, lập tức úp ngược bánh lên đĩa để lộ lớp xoài bên trên đẹp mắt.

j) Hãy thưởng thức Bánh Xoài úp ngược khi còn ấm và thưởng thức hương vị nhiệt đới thơm ngon!

83. Bánh Cam Úp Xoài Hạt

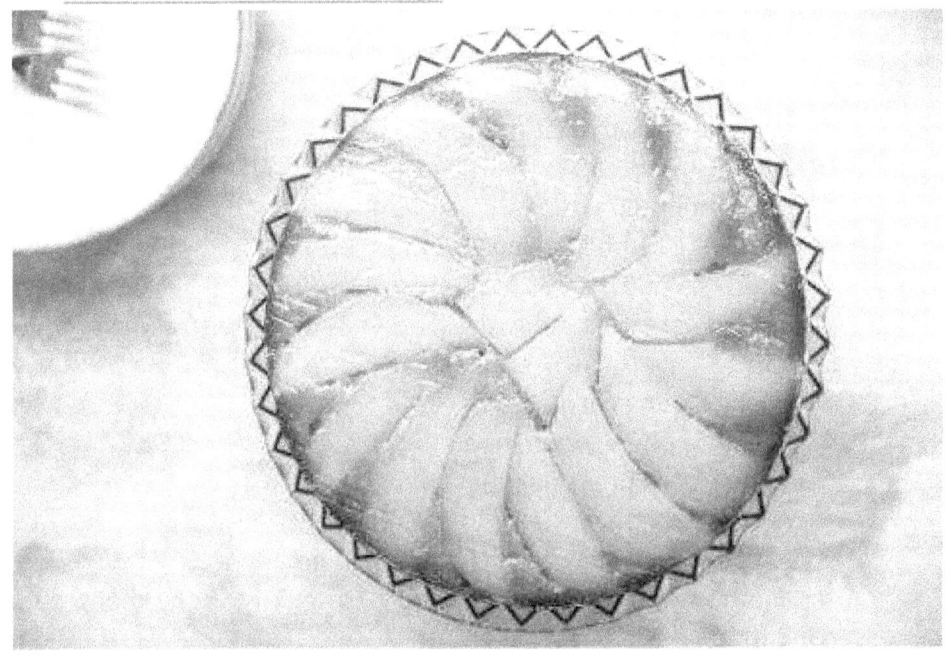

THÀNH PHẦN:
ĐỐI VỚI TOPPING:
- 1 muỗng canh bơ thực vật không béo, tan chảy
- ¼ cốc đường nâu đóng gói chắc chắn
- 1 ½ cốc xoài, thái lát mỏng

ĐỐI VỚI BÁNH:
- 1 cốc bột mì đa dụng
- ¾ muỗng cà phê Baking Soda
- ⅛ thìa cà phê muối
- ¼ cốc Margarine dạng que (Lưu ý: Bạn có thể sử dụng bơ thực vật ít béo)
- ⅔ cốc đường cát
- 1 thìa cà phê Vỏ cam, nạo
- 1 muỗng cà phê chiết xuất vani
- ¼ cốc trứng thay thế
- ½ cốc sữa chua nguyên chất không béo
- 1 muỗng canh hồ đào cắt nhỏ (Lưu ý: Tùy chọn, không có trong công thức gốc)

HƯỚNG DẪN:

a) Làm nóng lò nướng của bạn ở nhiệt độ 350°F (175°C).

b) Phủ đáy khuôn bánh tròn 9 inch bằng bơ thực vật không béo tan chảy.

c) Rắc đường nâu lên bơ thực vật đã tan chảy.

d) Xếp những quả xoài thái lát mỏng lên trên đường nâu, từ giữa chảo ra mép chảo. Để qua một bên.

e) Trong một cái bát, trộn bột mì đa dụng, baking soda và muối. Khuấy đều và để một bên.

f) Trong một bát trộn riêng, đánh ¼ cốc bơ thực vật dạng thanh và đường cát ở tốc độ trung bình bằng máy trộn cho đến khi hòa quyện.

g) Thêm vỏ cam bào, chiết xuất vani và chất thay thế trứng (tương đương 1 quả trứng lớn) vào hỗn hợp kem. Đánh bại tốt.

h) Thêm hỗn hợp bột vào hỗn hợp kem xen kẽ với sữa chua nguyên chất không béo, bắt đầu và kết thúc bằng hỗn hợp bột. Đánh kỹ sau mỗi lần thêm.

i) Tùy ý, gấp quả hồ đào đã cắt nhỏ vào bột bánh.

j) Đổ bột bánh lên các lát xoài đã xếp sẵn trong khuôn bánh.
k) Nướng bánh trong lò làm nóng trước khoảng 30 phút hoặc cho đến khi tăm gỗ cắm vào giữa bánh lấy ra sạch sẽ.
l) Để bánh nguội trong chảo trong 5 phút trên giá lưới.
m) Nới lỏng bánh khỏi thành chảo bằng thìa kim loại hẹp. Úp bánh lên đĩa bánh và cắt thành từng miếng vừa ăn.
n) Phục vụ Bánh Cam Mango-Nut úp ngược khi vẫn còn ấm và thưởng thức món ăn nhiệt đới thơm ngon này!

84. Bánh Xoài úp Ngược và Bánh Dừa

THÀNH PHẦN:
- Bơ tan chảy, để bôi trơn
- lon nước cốt dừa 270ml
- 135 g (1½ cốc) dừa nạo sấy
- 200 g bơ không muối, để mềm
- 220 g (1 cốc) đường bột
- 4 quả trứng
- 150 g (1 cốc) bột mì thường
- 100 g (⅔ cốc) bột nở
- Kem hoặc kem để phục vụ (tùy chọn)
- Dừa nướng hoặc bào vụn để phục vụ (tùy chọn)

BÊN TRÊN XOÀI:
- 3 quả xoài cứng nhưng chín (mỗi quả khoảng 400 g)
- 50 g bơ không muối
- 60 g (¼ cốc, đóng gói chắc chắn) đường nâu

HƯỚNG DẪN:

a) Làm nóng lò ở 180°C (160°C dùng quạt). Bôi bơ tan chảy vào khuôn lamington có kích thước 24 cm x 30 cm (đo cơ bản) và lót giấy nướng chống dính vào đế.

b) Để làm phần xoài phủ trên, hãy cắt phần má của quả xoài, loại bỏ vỏ rồi cắt dọc thành từng lát dày 1 cm (phần thịt còn lại để dành cho mục đích khác). Đun chảy bơ trong chảo nhỏ trên lửa vừa, cho đường nâu vào khuấy đều và nấu trong khoảng 1 phút cho đến khi hòa quyện. Chuyển hỗn hợp vào hộp thiếc đã chuẩn bị sẵn và dàn đều nhất có thể trên đế. Xếp các lát xoài lên trên hỗn hợp đường nâu. Để qua một bên.

c) Trộn nước cốt dừa và dừa nạo sấy vào tô và để sang một bên. Dùng máy đánh trứng đánh bơ và đường cho đến khi mịn như kem. Thêm từng quả trứng vào, đánh sau mỗi lần thêm cho đến khi hòa quyện.

d) Rây chung bột mì thường và bột tự nở. Thêm một nửa số bột vào hỗn hợp bơ và dùng thìa hoặc thìa kim loại lớn để gấp cho đến khi vừa kết hợp. Thêm hỗn hợp dừa và sau đó vào phần bột còn lại cho đến khi vừa kết hợp.

e) Múc hỗn hợp vào hộp thiếc phủ lên xoài và dùng mặt sau của thìa kim loại dàn đều, cẩn thận không xê dịch xoài. Nướng trong lò làm nóng trước khoảng 30-35 phút hoặc cho đến khi xiên que vào giữa bánh thấy tăm sạch sẽ.

f) Để bánh trong khuôn khoảng 10 phút. Dùng dao tạo màu xung quanh mặt ngoài của bánh và úp bánh ra đĩa phục vụ. Ăn khi còn ấm hoặc ở nhiệt độ phòng với kem hoặc kem, hoặc ăn riêng và rắc dừa nạo.

85. Bánh úp ngược xoài-quả mâm xôi

THÀNH PHẦN:
- ½ cốc bơ hoặc bơ thực vật
- ½ cốc đường
- 2 thìa kem tươi
- 1 ½ cốc quả mâm xôi tươi
- 1 ½ cốc xoài cắt nhỏ (dành ½ cốc nước ép)
- ½ chén hạnh nhân thái lát hoặc cắt nhỏ
- 1 hộp Bánh Trộn Vani kiểu Pháp
- ½ cốc nước
- ⅓ cốc dầu thực vật
- 1 muỗng cà phê chiết xuất hạnh nhân
- 3 quả trứng

HƯỚNG DẪN:

a) Làm nóng lò ở nhiệt độ 350°F (175°C) hoặc 325°F (163°C) đối với chảo tối màu hoặc chảo chống dính. Đun chảy bơ trong chảo 1 lít trên lửa vừa, thỉnh thoảng khuấy. Cho đường và kem tươi vào trộn đều.

b) Đun sôi, khuấy liên tục; đun sôi trong 30 giây. Đổ hỗn hợp vào chảo hình chữ nhật 13x9 inch. Trộn đều hỗn hợp đường với quả mâm xôi, xoài cắt nhỏ và hạnh nhân lên trên.

c) Trong một tô lớn, đánh hỗn hợp bánh, dành ½ cốc nước ép xoài, nước, dầu, chiết xuất hạnh nhân và trứng bằng máy trộn điện ở tốc độ thấp trong 30 giây, sau đó ở tốc độ trung bình trong 2 phút, thỉnh thoảng cạo bát. Đổ bột lên trái cây và hạnh nhân trong chảo.

d) Nướng trong khoảng 41 đến 48 phút hoặc cho đến khi cắm tăm vào giữa và thấy tăm sạch. Lập tức dùng dao chạy quanh thành chảo để nới lỏng bánh.

e) Lật ngược chảo lên đĩa phục vụ chịu nhiệt; để chảo trên bánh trong 1 phút để phần trên có thể chảy xuống bánh. Làm nguội bánh ít nhất 30 phút.

f) Phục vụ ấm hoặc mát. Bảo quản trong tủ lạnh.

86. Bánh Dứa Mơ úp Ngược

THÀNH PHẦN:
- 3 muỗng canh bơ không muối, tan chảy
- ½ chén đường nâu đóng gói chắc chắn
- 4 khoanh dứa tươi (dày ¼ inch)
- 2 thìa dứa tươi thái nhỏ
- 6 quả mơ khô nguyên quả, cộng thêm 2 thìa xắt nhỏ
- 1 cốc bột mì đa dụng
- 1 ¼ thìa cà phê bột nở tác dụng kép
- ¼ thìa cà phê muối
- ⅓ cốc rút ngắn rau
- ½ chén đường cát
- 1 trứng lớn
- 1 muỗng cà phê chiết xuất vani
- Kem đánh bông, để phục vụ

HƯỚNG DẪN:

a) Làm nóng lò nướng của bạn ở nhiệt độ 350°F (175°C). Bôi bơ vào chảo bánh tròn 9 inch.

b) Trong chảo bánh đã phết dầu mỡ, cho bơ tan chảy và đường nâu vào, ấn đều hỗn hợp xuống đáy chảo.

c) Cắt các vòng dứa làm đôi và sắp xếp chúng, dùng khăn giấy thấm nhẹ để loại bỏ độ ẩm dư thừa, cùng với toàn bộ quả mơ (mặt mịn hướng xuống) trên hỗn hợp đường theo hình trang trí.

d) Trong một bát nhỏ, rây bột mì đa dụng, bột nở và muối.

e) Trong một bát riêng, sử dụng máy trộn điện, đánh bông rau và đường cát cho đến khi nhẹ và mịn. Thêm trứng và chiết xuất vani vào, tiếp tục đánh cho đến khi hòa quyện.

f) Dần dần thêm hỗn hợp bột vào hỗn hợp rút ngắn, xen kẽ với ⅓ cốc nước, đánh đều sau mỗi lần thêm. Cho dứa cắt nhỏ và mơ cắt nhỏ vào trộn (đảm bảo vỗ nhẹ cho khô nếu chúng quá ẩm).

g) Trải đều bột lên lớp dứa và mơ trong chảo bánh.

h) Nướng bánh trong lò làm nóng trước từ 40 đến 45 phút hoặc cho đến khi cắm tăm vào giữa và thấy tăm sạch.

i) Để bánh nguội trong chảo khoảng 5 phút, sau đó úp bánh ra đĩa phục vụ.

j) Phục vụ Bánh Dứa úp ngược khi còn ấm hoặc ở nhiệt độ phòng, kèm theo kem đánh bông.

k) Hãy thưởng thức món tráng miệng thơm ngon này với sự pha trộn thú vị giữa hương vị và kết cấu!

87.Bánh Dứa Hương Thảo úp ngược e

THÀNH PHẦN:
ĐỐI VỚI TOPPING:
- 3 thìa bơ
- ¼ chén đường nâu
- 16 ounce dứa nghiền (để ráo nước, để dành nước trái cây)

ĐỐI VỚI BÁNH:
- ¼ cốc bơ
- ¾ cốc đường cát
- 1 muỗng canh hương thảo tươi, băm nhỏ
- ¼ cốc kem chua
- ½ muỗng cà phê chiết xuất vani
- 1 quả trứng lớn, đánh bông
- 1 ¼ chén bột mì đa dụng
- 2 thìa cà phê bột nở
- ¼ thìa cà phê muối
- ½ chén quả óc chó cắt nhỏ

HƯỚNG DẪN:
a) Làm nóng lò nướng của bạn ở nhiệt độ 350°F (175°C). Bôi mỡ vào khuôn bánh hình vuông 8" x 8".

ĐỐI VỚI TOPPING:
b) Làm tan chảy 3 thìa bơ trong chảo bánh trong lò nướng. Trộn đường nâu vào và dàn đều khắp đáy chảo. Xả dứa và dự trữ nước ép. Trải đều dứa đã ráo nước lên trên hỗn hợp đường nâu.

ĐỐI VỚI BÁNH:
c) Trong một tô trộn, trộn ¼ cốc bơ và đường cát cho đến khi mịn và nhạt. Khuấy hương thảo băm nhỏ.

d) Trong một bát riêng, trộn ¼ cốc nước ép dứa dành riêng với kem chua, chiết xuất vani và trứng đánh đều.

e) Trong một tô khác, trộn đều bột mì đa dụng, bột nở và muối.

f) Thêm các nguyên liệu khô vào hỗn hợp bơ và đường xen kẽ với hỗn hợp lỏng (nước ép dứa, kem chua và trứng), trộn đều sau mỗi lần thêm.

g) Nhanh chóng gấp quả óc chó cắt nhỏ vào.

h) Trải đều bột lên lớp dứa phủ trên chảo bánh.

i)   Nướng bánh trong lò làm nóng trước khoảng 25 phút hoặc cho đến khi cắm tăm vào giữa bánh thấy tăm sạch.

j)   Để bánh nguội trên giá lưới trong vòng 10 đến 15 phút trước khi bày ra đĩa phục vụ.

k)   Phục vụ món Bánh úp ngược hương thảo dứa khi còn ấm và bạn có thể phủ kem tươi lên trên để tăng thêm cảm giác thích thú.

88. Bánh gừng lộn ngược dứa

THÀNH PHẦN:
- 3 muỗng canh bơ, làm mềm
- 4 muỗng canh bơ, làm mềm
- ⅓ cốc Đường nâu nhạt, đóng gói chắc chắn
- 1 lon (8 oz) lát dứa, để ráo nước và thấm khô trên khăn giấy
- ½ cốc đường
- 1 quả trứng lớn, nhiệt độ phòng
- ½ cốc mật đường nhẹ
- ½ cốc sữa
- 1 ½ chén bột mì đa dụng
- 1 muỗng cà phê baking soda
- 1 thìa cà phê quế
- 1 thìa cà phê gừng xay
- ¼ thìa cà phê muối

HƯỚNG DẪN:
a)   Làm nóng lò nướng của bạn ở nhiệt độ 325 độ F (165 độ C).
b)   Đặt 3 thìa bơ đã làm mềm vào khuôn bánh 9"x11-½"x2". Đặt chảo vào lò nướng đã làm nóng trước cho đến khi bơ tan chảy.
c)   Lấy chảo ra khỏi lò và đảo đều bơ tan chảy để phủ đều đáy chảo.
d)   Ngay lập tức rắc đều đường nâu nhạt lên phần bơ tan chảy trong chảo.
e)   Xếp các lát dứa đã ráo nước thành một lớp trên lớp đường nâu trong chảo.
f)   Trong một tô cỡ vừa, đánh 4 thìa bơ mềm và đường còn lại bằng máy trộn điện ở tốc độ cao cho đến khi hỗn hợp trở thành kem.
g)   Đánh trứng, mật đường và sữa cho đến khi mọi thứ hòa quyện.
h)   Trong một tô cỡ vừa khác, khuấy đều bột mì đa dụng, baking soda, quế, gừng xay và muối.
i)   Dần dần đánh hỗn hợp nguyên liệu khô vào bột ở tốc độ thấp, trộn cho đến khi hòa quyện hoàn toàn.
j)   Múc bột đều lên các lát dứa trong chảo bánh.
k)   Nướng bánh trong khoảng 60 phút hoặc cho đến khi que thử bánh được cắm gần giữa bánh sạch.
l)   Sau khi bánh chín, lấy bánh ra khỏi lò và bày ngay ra đĩa phục vụ.
m)   Trang trí giữa mỗi vòng dứa bằng một nửa quả anh đào maraschino.
n)   Chúc bạn ngon miệng với món Bánh Gừng Dứa Ngược Ngược!

89. Bánh úp Dứa Và Phô Mai

THÀNH PHẦN:
- 20 ounces dứa cắt lát có thể không đường, không ráo nước
- ½ cốc đường nâu đóng gói chắc chắn
- 2 muỗng canh bơ thực vật
- Xịt nấu rau
- ¾ cốc đường
- ¼ cốc phô mai kem ít béo
- 2 muỗng canh bơ thực vật
- 2 lòng trắng trứng
- 1 quả trứng
- ¾ cốc bột mì đa dụng
- 1 muỗng cà phê bột nở
- ¼ thìa cà phê muối
- ¾ cốc phô mai cheddar thái nhỏ
- ½ muỗng cà phê chiết xuất vani

HƯỚNG DẪN:
a) Làm nóng lò nướng của bạn ở nhiệt độ 350°F (175°C).
b) Xả các lát dứa ra khỏi hộp, giữ lại ¼ cốc nước ép. Cho nước ép dành riêng và 3 lát dứa vào máy xay, xay cho đến khi mịn; để qua một bên.
c) Trong một cái chảo, trộn đường nâu và 2 thìa bơ thực vật. Nấu trên lửa vừa thấp cho đến khi hỗn hợp tan chảy. Tắt bếp và thêm ¼ cốc dứa xay nhuyễn vào, khuấy đều cho đến khi hòa quyện. Đổ hỗn hợp này vào chảo bánh tròn 9 inch có phủ xịt nấu ăn.
d) Cắt đôi những lát dứa còn lại theo chiều ngang và xếp chúng thành một lớp duy nhất trên hỗn hợp đường nâu trong chảo bánh; để qua một bên.
e) Trong một tô lớn, trộn ¾ cốc đường, phô mai kem ít béo và 2 thìa bơ thực vật. Đánh ở tốc độ trung bình cho đến khi hòa quyện. Thêm 2 lòng trắng trứng và từng quả trứng vào, đánh đều sau mỗi lần thêm.
f) Trong một bát riêng, trộn bột mì đa dụng, bột nở và muối. Thêm hỗn hợp khô này vào hỗn hợp kem, đánh cho đến khi mọi thứ được trộn đều. Khuấy phần dứa xay nhuyễn còn lại, phô mai cheddar cắt nhỏ và vani.
g) Đổ đều bột lên các lát dứa trong chảo bánh.

h) Nướng bánh ở nhiệt độ 350°F trong khoảng 45 phút hoặc cho đến khi tăm gỗ cắm vào giữa bánh khô sạch.

i) Để bánh nguội trong chảo khoảng 10 phút, sau đó úp bánh ra đĩa phục vụ.

j) Phục vụ bánh ấm. Nó cũng ngon với một ít kem đánh bông nhẹ.

k) Hãy thưởng thức chiếc bánh úp ngược dứa và phô mai của bạn!

BÁNH CHÀ

90. Bánh Đại Hoàng Úp Ngược

THÀNH PHẦN:
ĐỐI VỚI BÊN TRÊN ĐẠI CƯƠNG:
- 4 chén đại hoàng cắt nhỏ
- 1 cốc đường
- 1 cốc kẹo dẻo chia thành 4 phần

ĐỐI VỚI BÁNH BÁNH:
- 1¾ chén bột mì đã rây
- 2 thìa cà phê bột nở
- ⅛ thìa cà phê muối
- ½ cốc Shortening
- 1 cốc đường
- 2 quả trứng, tách riêng
- ½ muỗng cà phê chiết xuất hạnh nhân
- ⅓ muỗng cà phê Vani
- ½ cốc sữa

HƯỚNG DẪN:

a) Nấu đại hoàng đã cắt ở lửa nhỏ cho đến khi nước bắt đầu chảy. Thêm đường và kẹo dẻo (nếu không dùng kẹo dẻo tươi) vào và trộn đều. Đun sôi hỗn hợp trong khoảng 10 phút thì đổ vào chảo bánh đã phết dầu mỡ.

b) Làm nóng lò nướng của bạn ở nhiệt độ 350 độ F (175 độ C).

c) Rây bột mì, bột nở và muối vào chung một tô.

d) Trong một bát trộn riêng, đánh kem với đường cho đến khi mịn. Thêm lòng đỏ trứng, chiết xuất hạnh nhân và vani vào rồi đánh đều.

e) Dần dần thêm từng lượng nhỏ các nguyên liệu khô đã rây và sữa vào hỗn hợp rút ngắn, đánh đều sau mỗi lần thêm.

f) Trong một tô khác, đánh lòng trắng trứng cho đến khi tạo thành chóp cứng nhưng không bị khô.

g) Nhẹ nhàng trộn lòng trắng trứng đã đánh bông vào bột bánh.

h) Đổ đều bột bánh lên hỗn hợp đại hoàng trong chảo bánh.

i) Nướng bánh trong lò làm nóng trước từ 40 đến 50 phút, hoặc cho đến khi cắm tăm vào giữa và thấy tăm sạch.

j) Sau khi nướng xong bánh, dùng thìa nới lỏng bánh khỏi các thành và đáy khuôn. Sau đó, cẩn thận úp bánh ra đĩa đựng bánh.

k) Nếu bạn đang sử dụng kẹo dẻo rất tươi, hãy thêm chúng vào hỗn hợp đại hoàng ngay trước khi đổ bột bánh lên trên.

l) Phục vụ Bánh úp ngược đại hoàng khi còn ấm và thưởng thức!

91. Bánh bí ngô lộn ngược

THÀNH PHẦN:
- 1 lon (16 ounce) bí ngô
- 1 lon (13 ounce) sữa cô đặc
- 2 cốc đường Imperial Sugar Extra Fine, chia đôi
- 3 quả trứng
- 2 muỗng canh quế xay
- 1 hộp Duncan Hines Butter Recipe Golden Cake Mix
- ½ chén hồ đào xắt nhỏ
- 1 cốc bơ/margarine tan chảy
- 1 gói (8 ounce) kem phô mai, làm mềm
- 1 hộp cỡ vừa Cool Whip, đã rã đông
- Tùy chọn: ½ cốc dừa

HƯỚNG DẪN:

a) Làm nóng lò ở nhiệt độ 350°F (175°C).

b) Xịt dung dịch xịt chống dính lên đĩa nướng 9 x 13 inch.

c) Trong một tô lớn, trộn bí ngô, sữa cô đặc, 1 cốc đường, trứng và quế xay. Trộn đều để đảm bảo mọi thứ được kết hợp tốt.

d) Đổ hỗn hợp bí ngô vào đĩa nướng đã chuẩn bị.

e) Rắc đều hỗn hợp bánh khô và quả hồ đào cắt nhỏ lên hỗn hợp bí ngô. Điều này sẽ tạo ra lớp vỏ cho món tráng miệng.

f) Rưới bơ tan chảy lên hỗn hợp bánh và quả hồ đào.

g) Nướng món tráng miệng trong lò làm nóng trước trong 45-55 phút hoặc cho đến khi nó chuyển sang màu nâu vàng. Để nguội hoàn toàn trong đĩa nướng.

h) Khi món tráng miệng đã nguội, hãy đảo ngược hoặc lật nó lên đĩa hoặc khay phục vụ khác. Điều này sẽ để lộ lớp vỏ đẹp mắt bên trên.

i) Để làm lớp phủ tráng miệng, trộn phô mai kem đã làm mềm và 1 cốc đường vào tô cho đến khi hòa quyện. Sau đó, cho Cool Whip vào hỗn hợp kem phô mai. Điều này tạo ra một loại kem phủ kem thơm ngon và hấp dẫn.

j) Phết hỗn hợp kem phô mai và Cool Whip lên trên và các mặt của món tráng miệng, phủ kín hoàn toàn.

k) Nếu muốn, hãy rắc ½ cốc dừa tùy chọn lên trên món tráng miệng để tăng thêm hương vị và kết cấu.

92. Bánh úp Dứa-Bí Xanh

THÀNH PHẦN:
- ½ cốc bơ không muối, tan chảy
- ¾ cốc đường nâu nhạt hoặc nâu đậm đóng gói
- 1 lon (20 oz) vòng dứa
- 12 nửa quả óc chó hoặc quả hồ đào
- ¾ cốc bột mì đa dụng Gold Huy chương™
- ⅔ cốc đường cát
- 2 thìa cà phê bột nở
- ½ muỗng cà phê baking soda
- ¼ thìa cà phê muối
- ¼ muỗng cà phê quế xay
- ½ cốc bơ sữa
- ¼ chén dầu thực vật
- 1 quả trứng
- 1 chén bí xanh bào sợi (khoảng 1 quả nhỏ)

HƯỚNG DẪN:

a) Làm nóng lò ở nhiệt độ 350°F (175°C).

b) Đổ bơ tan chảy vào chảo bánh tròn 9 inch. Dùng chổi quét bánh ngọt phết bơ lên đáy và thành chảo.

c) Rắc đều đường nâu vào chảo.

d) Xếp các khoanh dứa lên trên lớp đường nâu và đặt nửa quả óc chó hoặc quả hồ đào vào giữa và giữa các khoanh dứa. Đặt chảo sang một bên.

e) Trong một tô lớn, trộn bột mì, đường cát, bột nở, baking soda, muối và quế xay.

f) Trong một bát vừa riêng biệt, trộn bơ sữa, dầu thực vật, trứng và bí xanh nghiền. Thêm các thành phần ướt vào các thành phần khô và khuấy cho đến khi vừa kết hợp.

g) Đổ bột vào chảo bánh đã chuẩn bị sẵn trên các vòng dứa.

h) Nướng bánh trong lò làm nóng trước từ 35 đến 40 phút hoặc cho đến khi bánh có màu nâu vàng và dùng tăm cắm vào giữa thấy có một ít vụn bánh ẩm.

i) Để bánh nguội trong 1 giờ. Chạy dao quanh mép bánh để lấy bánh ra khỏi chảo. Đặt một chiếc đĩa hoặc giá đỡ bánh lộn ngược lên trên khay bánh. Cẩn thận lật ngược đĩa và bánh lại để thả bánh lên đĩa. Nhẹ nhàng gõ vào chảo nếu cần, sau đó nhấc nó ra khỏi bánh.

j) Nếu còn bánh, hãy đậy kín và cho vào tủ lạnh. Phục vụ bánh trong vòng 5 ngày.

93. Bánh củ cải lộn ngược

THÀNH PHẦN:
- 3 muỗng canh bơ hữu cơ, không muối
- ¼ cốc đường nâu nhạt hữu cơ
- 1-2 củ cải nhỏ, gọt vỏ và thái lát mỏng
- 1-¼ chén bột hạnh nhân hữu cơ (chẳng hạn như Bob's Red Mill)
- ½ muỗng cà phê baking soda
- ½ thìa cà phê muối kosher
- 4 quả trứng lớn, tách riêng (hữu cơ/không có lồng)
- ½ chén đường nâu nhạt hữu cơ
- 2 thìa cà phê vỏ cam

HƯỚNG DẪN:
a) Làm nóng lò ở nhiệt độ 350°F (175°C). Lót giấy da vào chảo lò xo 8 inch.

b) Đun chảy bơ và đổ vào chảo đã chuẩn bị sẵn, xoay tròn để phủ đều các mặt. Rắc đều ¼ cốc đường nâu lên phía dưới. Xếp củ cải thái mỏng lên trên lớp đường nâu.

c) Trong một bát trộn, trộn đều bột hạnh nhân, baking soda và muối kosher. Để nó bên cạnh.

d) Trong tô của máy trộn đứng, đánh bông lòng đỏ trứng, ½ cốc đường nâu và vỏ cam cho đến khi hòa quyện.

e) Thêm hỗn hợp bột hạnh nhân vào hỗn hợp lòng đỏ trứng và đánh cho đến khi kết hợp hoàn toàn.

f) Trong một tô sạch, đánh lòng trắng trứng cho đến khi nổi bọt và có kích thước gấp đôi, nhưng không đánh cho đến khi tạo thành chóp.

g) Nhẹ nhàng trộn lòng trắng trứng đã đánh bông vào hỗn hợp bột hạnh nhân và lòng đỏ trứng.

h) Đổ bột lên củ cải trong chảo, dàn đều.

i) Nướng bánh trên giá giữa trong lò làm nóng trước trong 30-35 phút hoặc cho đến khi mặt trên vàng và dùng tăm cắm vào giữa sẽ thấy bánh sạch.

j) Chuyển bánh sang giá làm mát và để nguội hoàn toàn trước khi lấy bánh ra khỏi chảo và chuyển sang đĩa phục vụ.

94.Quả đào và bánh lộn ngược Parsnip

THÀNH PHẦN:

- 200g (đã ráo nước) lê đóng hộp trong nước ép
- 225g (trọng lượng đã ráo nước) đóng hộp đào lát trong nước trái cây
- 225g củ cải bào
- 85g nho nhỏ
- 225g bột mì tự nở
- 2 thìa cà phê bột nở
- ¼ muỗng cà phê soda bicarbonate
- 2 thìa cà phê gia vị trộn
- 100ml dầu thực vật
- 3 quả trứng lớn, đánh bông
- 1 muỗng cà phê chiết xuất vani

HƯỚNG DẪN:

a) Làm nóng lò ở nhiệt độ quạt 200°C/180°C. Bôi mỡ và lót giấy nướng vào khuôn bánh hình tròn 8 inch (20 cm). Xả trái cây đóng hộp.

b) Trong một cái bát, nghiền lê bằng nĩa.

c) Xếp các lát đào theo hình cối xay gió hoặc hình tròn ở đáy khuôn bánh, chừa khoảng trống giữa các lát nhưng phân bố đều.

d) Trong một bát riêng, trộn tất cả các nguyên liệu còn lại (rau mùi tây nghiền, nho khô, bột mì tự nổi, bột nở, bicarbonate soda, gia vị hỗn hợp, dầu thực vật, trứng đánh và chiết xuất vani) với quả lê nghiền bằng thìa gỗ cho đến khi trộn kỹ.

e) Đổ hỗn hợp lên những quả đào trong khuôn bánh, đảm bảo chúng được phủ đều.

f) Nướng bánh trong 35 phút cho đến khi chuyển sang màu nâu.

g) Trước khi lấy bánh ra khỏi lò, hãy lót khay nướng bằng giấy nướng.

h) Lấy bánh ra khỏi lò và đặt ngay lên khay nướng đã lót giấy nến, thế là lúc này những quả đào đã nằm trên mặt bánh. Lấy giấy nướng ra khỏi bánh và đặt lại vào lò nướng thêm 15 phút nữa cho đến khi lớp bột phía trên chín hoàn toàn.

i) Lấy bánh ra khỏi lò và để nguội trên giá lưới trước khi dùng.

95. Bánh Cà Rốt úp ngược

THÀNH PHẦN:
PHỦ BÊN TRÊN THỨC ĂN:
- 5 muỗng canh bơ không muối, cộng thêm cho chảo
- ¼ cốc đường nâu nhạt đóng gói
- Nước cốt của ½ quả chanh
- 4 củ cà rốt nhỏ, gọt vỏ thành dải bằng dụng cụ gọt rau

BÁNH NGỌT:
- ½ cốc hồ đào
- 1 ¼ chén bột mì đa dụng
- 1 muỗng cà phê quế xay
- ¾ muỗng cà phê bột nở
- ¾ muỗng cà phê baking soda
- ½ thìa cà phê muối kosher
- ¼ thìa cà phê hạt tiêu xay
- 1 que (8 thìa canh) bơ không muối, ở nhiệt độ phòng
- ⅔ cốc đường nâu nhạt đóng gói
- ½ muỗng cà phê vỏ chanh
- 2 quả trứng lớn
- ½ cốc kem chua

HƯỚNG DẪN:

a) Làm nóng lò ở nhiệt độ 350 độ F. Chỉ phết bơ lên các cạnh của khuôn bánh tròn 9 inch.

ĐỐI VỚI BÊN TRÊN CARAMEL:

b) Cho bơ, đường nâu và nước chanh vào lò vi sóng nhỏ cho đến khi tan chảy. Trải hỗn hợp lên đáy chảo đã chuẩn bị. Xếp các dải ruy băng cà rốt lên trên.

ĐỐI VỚI BÁNH:

c) Trải hồ đào ra khay nướng và nướng cho đến khi nướng chín đều, từ 8 đến 10 phút. Để chúng nguội, sau đó cho vào máy xay thực phẩm cho đến khi nghiền mịn. Chuyển sang một tô lớn và trộn đều với bột mì, quế, bột nở, baking soda, muối và hạt tiêu; để qua một bên.

d) Đánh bơ và đường nâu bằng máy trộn điện ở tốc độ trung bình cao trong một tô lớn cho đến khi nhẹ và mịn, khoảng 4 phút. Đánh trong vỏ chanh. Thêm từng quả trứng vào, đánh đều sau mỗi lần thêm và cạo các cạnh của bát nếu cần (không sao nếu bột trông hơi tách ra và vỡ).

e) Giảm tốc độ máy trộn xuống thấp và thêm ½ hỗn hợp bột mì, sau đó là kem chua và cuối cùng là phần bột mì còn lại.

f) Đổ bột lên cà rốt trong chảo bánh, dàn đều thành một lớp và gõ nhẹ vào chảo vài cái trên quầy. Nướng bánh cho đến khi bánh có màu nâu vàng, kéo ra khỏi mép và dùng tăm hoặc que thử bánh sẽ sạch khi cắm vào giữa, khoảng 45 đến 50 phút.

g) Chạy dao quanh mép bánh để tách bánh ra khỏi chảo. Để bánh nguội trong chảo trên giá lưới cho đến khi đủ nguội để cầm, khoảng 30 phút.

h) Úp đĩa phục vụ lên trên chảo bánh và trong khi giữ chúng lại với nhau, nhanh chóng lật chúng lại để bánh không bị khuôn, mặt cà rốt hướng lên trên. Hãy để nó nguội hoàn toàn.

i) Cắt thành hình nêm và phục vụ.

BÁNH SÔ-CÔ-LA

96.Bánh úp ngược sô-cô-la mơ

THÀNH PHẦN:
PHỦ BÊN TRÊN THỨC ĂN:
- ¼ cốc bơ hoặc bơ thực vật, tan chảy
- ⅓ cốc đường nâu nhạt đóng gói
- ¼ cốc hồ đào xắt nhỏ
- 17 ounce nửa quả mơ đóng hộp, để ráo nước

BÁNH NGỌT:
- 1 cốc bột mì đa dụng
- ⅓ cốc Ca cao HERSHEY'S HOẶC Ca cao kiểu Châu Âu
- 1 ¼ thìa cà phê Bột nở
- ¼ thìa cà phê muối
- 1 cốc đường cát
- ½ cốc bơ hoặc bơ thực vật
- 2 quả trứng
- ½ cốc sữa
- 1 muỗng cà phê chiết xuất vani

TOPPING TRÊN QUẾ
- 1 cốc kem đánh bông lạnh (½ pint)
- 3 thìa đường bột
- ⅛ thìa cà phê quế xay

HƯỚNG DẪN:

a) Làm nóng lò nướng của bạn ở nhiệt độ 375°F (190°C). Trong chảo nướng hình tròn 9 inch hoặc hình vuông 9 inch, làm tan chảy ¼ cốc bơ trong lò. Lấy ra khỏi lò và thêm đường nâu vào, trộn đều.

b) Trải đều hỗn hợp lên đáy chảo. Xếp các nửa quả mơ đã ráo nước vào chảo với mặt tròn hướng xuống dưới. Rắc hồ đào xắt nhỏ xung quanh quả mơ.

c) Trong một bát riêng, trộn đều bột mì đa dụng, ca cao, bột nở và muối.

d) Trong một tô lớn, đánh đường và ½ cốc bơ. Thêm trứng và đánh đều.

e) Thêm hỗn hợp bột xen kẽ với sữa và vani vào hỗn hợp đường-bơ. Đánh cho đến khi bột được trộn đều.

f) Trải đều bột bánh lên quả mơ trong chảo.

g) Nướng bánh trong lò làm nóng trước từ 40 đến 45 phút hoặc cho đến khi que gỗ cắm vào giữa bánh sạch.

h) Ngay lập tức úp bánh vào đĩa phục vụ.

i) Phục vụ Bánh sô cô la lộn ngược mơ hơi ấm hoặc ở nhiệt độ phòng với lớp phủ quế lốm đốm.

TOPPING TRÊN QUẾ

j) Trong một bát nhỏ, trộn 1 cốc kem đánh bông lạnh (½ pint), 3 thìa đường bột và ⅛ thìa cà phê quế xay.

k) Đánh hỗn hợp cho đến khi tạo thành chóp cứng.

l) Phục vụ bánh với lớp phủ quế lốm đốm, mang đến hương vị thơm ngon và kem đi kèm với sô cô la béo ngậy và quả mơ ngọt ngào. Thưởng thức!

97. Bánh úp ngược socola anh đào

THÀNH PHẦN:
- 1 lon nhân bánh anh đào (21oz)
- 2 ¼ chén bột mì đa dụng
- 1 ½ cốc Đường
- ¾ cốc cacao không đường
- 1 ½ thìa cà phê Baking soda
- ¾ muỗng cà phê muối
- 1 ½ cốc nước
- ¼ cốc dầu ăn
- ¼ chén giấm
- 1 ½ muỗng cà phê chiết xuất vani

HƯỚNG DẪN:

a) Trải đều nhân bánh anh đào lên đáy chảo 13x9x2 inch đã phết mỡ.

b) Trong một tô lớn, trộn đều bột mì đa dụng, đường, ca cao, baking soda và muối.

c) Trong một bát khác, trộn nước, dầu ăn, giấm và chiết xuất vani.

d) Thêm hỗn hợp lỏng vào các nguyên liệu khô cùng một lúc và khuấy vừa đủ để làm ẩm tất cả các nguyên liệu.

e) Đổ đều bột lên phần nhân bánh anh đào trong chảo.

f) Nướng bánh trong lò nướng đã được làm nóng trước ở nhiệt độ 350 độ F (175 độ C) trong 30-35 phút hoặc cho đến khi cắm tăm vào giữa bánh thấy tăm sạch.

g) Để bánh nguội trong chảo khoảng 10 phút, sau đó úp bánh ra đĩa và để nguội hoàn toàn.

h) Hãy thưởng thức món Bánh sô cô la lộn ngược anh đào thơm ngon này, nơi chiếc bánh sô cô la đậm đà kết hợp với nhân anh đào thơm ngon sẽ tạo nên một bữa tiệc thú vị!

98. Bánh sô cô la lộn ngược

THÀNH PHẦN:
PHỦ BÊN TRÊN THỨC ĂN
- 2 muỗng canh bơ hoặc bơ thực vật
- ¼ cốc đường nâu
- ⅔ cốc xi-rô ngô nhẹ
- ⅔ cốc Kem đặc
- 1 cốc quả óc chó, cắt nhỏ

BÁNH NGỌT
- 1 ¾ cốc bột mì đa dụng
- 2 thìa cà phê bột nở
- ¼ thìa cà phê muối
- ½ cốc bơ hoặc bơ thực vật, làm mềm
- 1 ½ cốc Đường
- 2 quả trứng, tách riêng
- 3 ounce sô cô la không đường, tan chảy
- 1 thìa cà phê Vani
- 1 cốc sữa

HƯỚNG DẪN:
PHỦ BÊN TRÊN THỨC ĂN

a) Trong một cái chảo nhỏ, làm tan chảy 2 thìa bơ. Khuấy đường nâu và đun nóng cho đến khi sủi bọt.

b) Khuấy xi-rô ngô và kem đặc, đun nóng và khuấy liên tục cho đến khi sôi.

c) Thêm quả óc chó cắt nhỏ vào hỗn hợp rồi đổ vào chảo Bundt 10 inch đã phết dầu mỡ. Đặt sang một bên trong khi chuẩn bị bánh.

BÁNH NGỌT

d) Làm nóng lò nướng của bạn ở nhiệt độ 350°F (175°C).

e) Rây bột mì đa dụng, bột nở và muối vào tô.

f) Trong một bát trộn riêng biệt, đánh bơ mềm và đường cho đến khi hòa quyện.

g) Thêm lòng đỏ trứng, sô cô la tan chảy và vani vào hỗn hợp bơ-đường và trộn đều.

h) Lần lượt thêm hỗn hợp bột và sữa vào hỗn hợp bơ, bắt đầu và kết thúc bằng hỗn hợp bột. Trộn cho đến khi kết hợp tốt.

i) Trong một bát riêng, đánh lòng trắng trứng cho đến khi tạo thành chóp cứng, sau đó nhẹ nhàng gấp chúng vào bột bánh.

j) Đổ bột bánh lên trên hỗn hợp hạt trong chảo Bundt.

k) Nướng bánh trong 35-45 phút hoặc cho đến khi cắm tăm vào giữa mà thấy tăm sạch.

l) Để bánh nguội trong chảo khoảng 15 phút rồi cẩn thận lấy bánh ra khỏi khuôn.

m) Hãy thưởng thức chiếc bánh sô cô la lộn ngược thơm ngon này với hương vị sô cô la đậm đà và lớp trên cùng hấp dẫn. Hoàn hảo để chia sẻ với bạn bè và gia đình vào bất kỳ dịp nào!

99. Bánh Dừa úp Ngược

THÀNH PHẦN:
PHỦ BÊN TRÊN THỨC ĂN
- 5 muỗng canh bơ, tan chảy
- ½ chén đường nâu
- 1 cốc dừa nạo
- ¼ chén hạnh nhân cắt lát

BÁNH NGỌT
- 4 muỗng canh Shorten
- ⅔ cốc Đường
- 1 quả trứng
- 1 chén bột bánh đã rây
- 1 ½ thìa cà phê bột nở
- ¼ thìa cà phê muối
- ⅓ cốc sữa
- 1 thìa cà phê Vani

HƯỚNG DẪN:
PHỦ BÊN TRÊN THỨC ĂN
a) Đun chảy bơ và đổ vào chảo bánh 9 inch.
b) Nghiền nát đường nâu trên bơ tan chảy.
c) Rắc đều dừa nạo và hạnh nhân cắt lát lên trên lớp đường nâu.

BÁNH NGỌT
d) Trong một bát trộn riêng biệt, đánh kem và đường với nhau cho đến khi mịn.
e) Thêm trứng và đánh đều cho đến khi kết hợp hoàn toàn.
f) Rây bột bánh, bột nở và muối với nhau rồi lần lượt cho vào hỗn hợp đường-trứng với sữa.
g) Trộn vani vào bột.

LẮP RÁP VÀ NƯỚNG
h) Cẩn thận đổ bột bánh lên trên dừa và hạnh nhân trong chảo bánh, dàn đều.
i) Nướng bánh ở nhiệt độ 350 độ F (175 độ C) trong 30 đến 35 phút hoặc cho đến khi cắm tăm vào giữa bánh thấy tăm sạch.
j) Ngay sau khi nướng, úp bánh ra đĩa phục vụ.
k) Để bánh nghỉ khoảng 3 đến 4 phút trước khi nhẹ nhàng nhấc bánh ra khỏi khuôn.
l) Hãy thưởng thức món Bánh Dừa úp ngược ngon lành này, nơi chiếc bánh ẩm và đầy hương vị kết hợp với lớp phủ dừa và hạnh nhân thú vị! Hoàn hảo cho một bữa tiệc ngọt ngào hoặc dịp đặc biệt.

100.Bánh phô mai sô cô la lộn ngược của Jack Daniel

THÀNH PHẦN:
ĐỐI VỚI BÁNH PHÔ MAI:
- 1 cốc sôcôla bán ngọt
- ⅓ cốc sữa
- 3 gói (8 oz mỗi gói) phô mai kem, nhiệt độ phòng
- 1 cốc đường
- 4 quả trứng
- 2 thìa rượu whisky Jack Daniel

ĐỐI VỚI BÁNH BROWNIE FUDGE:
- 2 ô vuông (mỗi ô 1 ounce) Sôcôla không đường
- ½ cốc bơ (1 que)
- 2 quả trứng
- 1 cốc đường
- 1 muỗng cà phê chiết xuất vani
- ½ chén bột mì đa dụng
- ¼ chén quả óc chó cắt nhỏ (tùy chọn)

ĐỐI VỚI GANACHE SÔ CÔ LA:
- 1 ½ cốc sô-cô-la chip
- ⅓ cốc kem tươi
- 2 thìa rượu whisky Jack Daniel
- 2 muỗng canh Xi-rô ngô

HƯỚNG DẪN:

a) Làm nóng lò nướng của bạn ở nhiệt độ 400 độ F (200 độ C). Bôi bơ vào chảo dạng lò xo 9 inch.

b) Trong bát thủy tinh an toàn với lò vi sóng, làm tan chảy sô cô la chip bán ngọt với sữa trong lò vi sóng ở công suất cao (100%) trong 1 đến 1 phút rưỡi hoặc cho đến khi mịn khi khuấy. Để qua một bên.

c) Trong tô lớn của máy trộn điện, đánh kem phô mai và đường cho đến khi mịn. Đánh trứng cho đến khi hòa quyện.

d) Đánh đều hỗn hợp sô-cô-la tan chảy và rượu whisky Jack Daniel's cho đến khi hòa quyện hoàn toàn.

e) Múc bột bánh phô mai vào khuôn dạng lò xo đã chuẩn bị sẵn.

f) Nướng bánh pho mát trong lò làm nóng trước trong 15 phút. Sau đó giảm nhiệt độ lò xuống 350 độ F (175 độ C) và tiếp tục nướng thêm 15 phút.

g) Lấy bánh pho mát ra khỏi lò và cẩn thận dùng thìa múc đều Fudge Brownie Batter lên phần bánh pho mát đã nướng một phần, bắt đầu từ các cạnh và hướng về phía giữa.

h) Cho bánh pho mát trở lại lò nướng 350 độ và nướng thêm 35 đến 40 phút nữa hoặc cho đến khi cắm tăm vào giữa và rút ra gần như sạch.

i) Làm nguội hoàn toàn bánh pho mát rồi cho vào tủ lạnh cho đến khi nguội hoàn toàn.

j) Sau khi đã nguội, lấy các cạnh của khuôn lò xo ra khỏi bánh pho mát.

ĐỐI VỚI BÁNH BROWNIE FUDGE:

k) Trong một bát thủy tinh lớn an toàn với lò vi sóng, kết hợp các ô vuông sô cô la không đường và bơ. Cho vào lò vi sóng ở công suất cao (100%) trong 1 đến 1 phút rưỡi hoặc cho đến khi khuấy đều. Đánh trứng, đường và vani cho đến khi hòa quyện hoàn toàn. Khuấy bột và trộn đều. Nếu muốn, thêm quả óc chó cắt nhỏ vào. Trải đều Fudge Brownie Batter lên bánh pho mát đã nướng một phần.

ĐỐI VỚI GANACHE SÔ CÔ LA:

l) Trong một tô thủy tinh lớn an toàn với lò vi sóng, trộn sô-cô-la chip và kem đánh bông. Cho vào lò vi sóng ở công suất cao (100%) trong 1 đến 1 phút rưỡi hoặc cho đến khi khuấy đều. Khuấy rượu whisky và xi-rô ngô của Jack Daniel.

m) Làm lạnh ganache cho đến khi nó đặc lại và lan rộng.

n) Trải đều Chocolate Ganache lên trên mặt bánh phô mai phủ hạnh nhân.

o) Làm lạnh bánh pho mát một lần nữa cho đến khi ganache đông lại.

p) Hãy phục vụ và thưởng thức món bánh phô mai sô cô la lộn ngược đôi của Jack Daniel này!

PHẦN KẾT LUẬN

Khi chúng tôi kết thúc hành trình của mình qua "Sách dạy nấu ăn Tarte Tatin hoàn chỉnh", chúng tôi hy vọng bạn đã được truyền cảm hứng để đi sâu vào thế giới của những thú vui lộn ngược và khám phá sự kỳ diệu của Tarte Tatin trong tất cả vinh quang thơm ngon của nó. Cho dù bạn đang thưởng thức món táo Tarte Tatin cổ điển, thử nghiệm các biến thể trái cây theo mùa hay tạo ra những biến tấu độc đáo của riêng mình cho món tráng miệng được yêu thích này, thì có điều gì đó thực sự đặc biệt về sự kết hợp giữa trái cây caramen và bánh ngọt bơ.

Khi bạn tiếp tục khám phá thế giới công thức nấu ăn Tarte Tatin, mong rằng mỗi món tráng miệng bạn nướng sẽ mang đến cho bạn niềm vui, sự hài lòng và hương vị di sản ẩm thực của Pháp. Cho dù bạn đang chia sẻ Tarte Tatin với những người thân yêu, tự thưởng cho mình một niềm đam mê riêng hay tặng quà những sản phẩm tự làm cho bạn bè và hàng xóm, mong rằng trải nghiệm nướng bánh và thưởng thức món tráng miệng vượt thời gian này sẽ khiến trái tim bạn ấm áp và khẩu vị của bạn thích thú.

Cảm ơn bạn đã tham gia cùng chúng tôi trong cuộc hành trình đầy hương vị xuyên qua thế giới Tarte Tatin. Cầu mong nhà bếp của bạn tràn ngập hương thơm của trái cây caramen, bàn ăn của bạn với những món tráng miệng thơm ngon và trái tim bạn tràn ngập niềm vui khi nướng bánh. Cho đến khi chúng ta gặp lại nhau, chúc bạn làm bánh Tarte Tatin vui vẻ và ngon miệng!